വിഷ്ണുശർമൻ

ഭാരതീയ പണ്ഡിതനും ഗ്രന്ഥകാരനുമായിരുന്ന വിഷ്ണുശർമനാണ് പ ഞ്ചതന്ത്രകഥകളുടെ സ്രഷ്ടാവ് എന്ന് വിശ്വസിക്കപ്പെടുന്നു. പഞ്ചതന്ത്രത്തിന്റെ കൃ ത്യമായ രചനാകാലത്തെക്കുറിച്ച് വ്യക്തമായ ധാരണയില്ല. ബി.സി. 1200 നും എ.ഡി 300 നും ഇടയിലാണ് എന്ന പല നിഗമനങ്ങളുമുണ്ട്. ചില പണ്ഡിതൻമാർ ക്രിസ്തുവിന് മുമ്പ് 3ാം ശതകത്തിലാണ് അദ്ദേഹം ജീവിച്ചിരുന്നതെന്ന് കരുതുന്നു.

ഡോ.കെ.എച്ച്.സുബ്രഹ്മണ്യൻ

പട്ടാമ്പിയിൽ ജനനം. കേരളയൂണിവേഴ്സിറ്റിയിൽ നിന്നും ബി.എ. ഒ ന്നാം റാങ്കോടെയും കോഴിക്കോട് സർവകലാശാലയിൽ നിന്ന് എം.എ. രണ്ടാം റാ ങ്കോടുകൂടിയും പാസായി. 1985 ൽ കോഴിക്കോട് സർവകലാശാലയിൽനിന്നും 'കേ രളപാണിനി ഏ.ആർ. രാജരാജവർമയുടെ സംസ്കൃത സംഭാവനകൾ' എന്ന വി ഷയത്തിൽ പി.എച്ച്.ഡി. ഇരുപത്തിയെട്ടര വർഷത്തോളം പയ്യന്നൂർ കോളേജിൽ സംസ്കൃതവിഭാഗം അധ്യക്ഷനും റീഡറും. നാലുവർഷക്കാലം കണ്ണൂർ സർവക ലാശാല രജിസ്ട്രാറുമായിരുന്നു. ഇപ്പോൾ കണ്ണൂർ സർവകലാശാല റിസർച്ച് ഗൈ ഡ്, കേന്ദ്രഗവൺമെന്റിന്റെ ശാസ്ത്രചൂഡാമണി വിസിറ്റിങ് പ്രൊഫസർ. പയ്യന്നൂരിൽനിന്നും പ്രസിദ്ധീകരിച്ചിരുന്ന 'സാഹിത്യ സമിതി' മാസികയുടെ സ ഹപത്രാധിപർ, സാംസ്കാരിക പ്രവർത്തകൻ, അറിയപ്പെടുന്ന പ്രഭാഷകൻ, പ്രശ സ്തനായ അധ്യാപകൻ. മലയാളത്തിലെ ആനുകാലികങ്ങളിൽ എഴുതാറുണ്ട്. സ്മരാമി രാജരാജസ്യ (ഏ.ആർ രാജരാജവർമയുടെ ജീവചരിത്രത്തിന്റെ ഇംഗ്ലീ ഷിൽ നിന്നുള്ള പരിഭാഷ) കാളിദാസനും ഭവഭൂതിയും - താരതമ്യപഠനം-(ഹിന്ദി യിൽ നിന്ന് പരിഭാഷ) പര്യേഷണം (പഠനങ്ങൾ) ആലോകം (പഠനങ്ങൾ), ചിത്ര നക്ഷത്രമാല (സംസ്കൃതം-സമ്പാദനം) കഥ പറയുന്ന തത്ത (ബാലസാഹിത്യം-സംസ്കൃതത്തിൽനിന്നുള്ള പരിഭാഷ) രാമായണപര്യടനം (സമ്പാദനം) വടക്കേമ ലബാറിലെ കർഷകസമരങ്ങളും ദേശീയതയും (ഗവേഷണപഠനം) മതിലുകളി ല്ലാത്ത മാനവലോകം (ലേഖനങ്ങൾ) രഹസ്യങ്ങളുടെ രഹസ്യം (പരിഭാഷ), ഭാസനാടകകഥകൾ, കഥാമഞ്ജരി, കാവ്യാഞ്ജലി (സംസ്കൃതം-സംവാദനം), ശ്രീലക്ഷ്മീനാരായണസംഹിത (സംസ്കൃതത്തിൽ നിന്ന് പരിഭാഷ) തുടങ്ങിയ 30ൽ അധികം കൃതികൾ.
ഭാര്യ : പി.കെ.സരള (കാഞ്ഞങ്ങാട് ദുർഗാഹയർസെക്കന്ററി സ്കൂൾ അധ്യാപിക.
മക്കൾ : എസ്. ഹരികിഷോർ ഐ.എ.എസ്, ഡോ.എസ്. ശ്രീകിരൺ
വിലാസം : 'ഹരികിരണം, ഒദയ്മ്മാടം, ചെറുകുന്ന് പി.ഒ, കണ്ണൂർ
ഫോൺ : 0497 2861922, 9447851970

Malayalam Language
Vishnusharman's
Panchathanthram Kathakal
(Children's Literature)
Retold by
Dr. K.H. Subrahmanyan

♦

Published in October 2015
This Edition January 2023
by Kairali Books Private Limited
Thalikkavu Road, Kannur.
Ph : 0497-2761200
E-Mail : Kairalibooksknr@gmail.com

♦

Cover Design
Rajeevan Kotta

♦

Illustration:
Smitha

♦

70/15-16/Sl.No.752/500/NS 18.6
ISBN.978-93-85366-46-8

വിഷ്ണുശർമ്മന്റെ

പഞ്ചതന്ത്രം കഥകൾ

ആഖ്യാനം :

ഡോ.കെ.എച്ച്.സുബ്രഹ്മണ്യൻ

കൈരളി ബുക്സ്

രാജകുമാരന്റെ വയറ്റിലെ പാമ്പ്

പണ്ട് ദേവശക്തി എന്ന് പേരുള്ള ഒരു രാജാവ് ഒരു ചെറിയ രാജ്യം ഭരിച്ചിരുന്നു. അദ്ദേഹത്തിന് ഒരേയൊരു മകൻ മാത്രമാണ് ഉണ്ടായിരുന്നത്. ആ മകന്റെ വയറ്റിനുള്ളിൽ ഒരു പാമ്പ് താമസിച്ചിരുന്നു. ഇത് കാരണം ഓരോ ദിവസം കഴിയുന്തോറും രാജകുമാരന്റെ ശരീരം ക്ഷീണിച്ച് ക്ഷീണിച്ച് വന്നു. രാജാവിനും രാജ്ഞിക്കും രാജ്യത്തിന്റെ ഭാവിയെക്കുറിച്ചോർത്തും തങ്ങളുടെ ഭാഗ്യക്കേടിനെ ക്കുറിച്ചോർത്തും എന്നും ദു:ഖിക്കാനേ നേരമുണ്ടായിരുന്നുള്ളൂ.

നാടിന്റെ നാനാഭാഗത്ത് നിന്നും പല പല ചികിത്സകൾ ചെയ്യുന്ന പേരുകേട്ട വൈദ്യന്മാർ കൊട്ടാരത്തിലെത്തി ക്കൊണ്ടിരുന്നു. പല മരുന്നുകൾ ഇവരെല്ലാം നിർദേശിക്കുകയും ചെയ്തുപോന്നു. മരുന്നുകൾ മാറിമാറിക്കൊടുത്തിട്ടും രാജകുമാരന്റെ ക്ഷീണത്തിന് ഒരു മാറ്റവും ഉണ്ടായില്ല. ഇത്രയേറെ വൈദ്യന്മാരും ആൾക്കാരും തനിക്കുവേണ്ടി പ്രയാസപ്പെടുന്നത് കണ്ടും മരുന്നുകൾ മാറിമാറിക്കുടിച്ച് രോഗത്തിന് മാറ്റം വരാത്തതിനാലും രാജകുമാരന് ജീവിതത്തോടു തന്നെ വെറുപ്പ് തോന്നി. ഇത്തരമൊരന്തരീക്ഷത്തിൽ ജീവിക്കേണ്ട എന്ന് രാജകുമാരൻ തീരുമാനിച്ചു. ഒരു ദിവസം അദ്ദേഹം കൊട്ടാരം വിട്ടിറങ്ങി ദൂരെയുള്ള ഒരു നഗരത്തിലെത്തിച്ചേർന്ന് അവിടെ ഭിക്ഷക്കാരനായി

ജീവിതം ആരംഭിച്ചു. നഗരത്തിനടുത്തുള്ള ഒരു ക്ഷേത്രത്തിൽ രാത്രികാലത്ത് വിശ്രമിക്കുക, പുലർച്ചയോടെ ഭിക്ഷതേടി നട ക്കുക എന്നതായി ആ രാജകുമാരന്റെ ജീവിതരീതി.

രാജകുമാരൻ ഭിക്ഷാടനം ചെയ്ത് ജീവിച്ചുപോന്ന ആ നഗരം ഭരിച്ചുകൊണ്ടിരുന്ന രാജാവിന് യൗവനത്തിലെത്തിയ ര ണ്ട് പെൺമക്കളാണുണ്ടായിരുന്നത്. രാജകുമാരിമാർ രണ്ടുപേ രും എന്നും രാവിലെ രാജാവിന്റെ മുന്നിലെത്തി കാൽതൊട്ടു വ ണങ്ങും. അതിനുശേഷം മൂത്ത മകൾ ഇങ്ങനെ പറയും "എല്ലാ സുഖങ്ങളും തന്നുകൊണ്ടിരിക്കുന്ന രാജാവ് നീണാൾ വാഴട്ടെ" രണ്ടാമത്തെ മകളുടെ പ്രാർഥനാ രൂപത്തിലുള്ള വാക്കുകൾ ഈ വിധമായിരുന്നു. " മഹാരാജാവേ, അങ്ങേയ്ക്ക് എന്താണോ വി ധിച്ചിരിക്കുന്നത് അത് അങ്ങ് അനുഭവിക്കുമാറാകട്ടെ".

എല്ലാ ദിവസവും രാവിലെ രണ്ടാമത്തെ മകൾ ഇങ്ങി നെ ആവർത്തിച്ചു പറയുന്നത് കേൾക്കുമ്പോൾ രാജാവിന് വ ല്ലാത്ത അസംതൃപ്തി തോന്നാറുണ്ടായിരുന്നു. ദിവസങ്ങൾ മു ന്നോട്ടു പോവുന്തോറും അദ്ദേഹത്തിന്റെ അസംതൃപ്തി കൂടി ക്കൂടി വന്നു. ഒരു ദിവസം രാവിലെ രണ്ടാമത്തെ മകൾ തന്റെ പ തിവ് പ്രാർഥന ആവർത്തിച്ചപ്പോൾ അച്ഛനായ മഹാരാജാവി ന്റെ നിയന്ത്രണങ്ങൾ എല്ലാം തകർന്ന് അദ്ദേഹം കത്തിജ്ജ്വലി ക്കുന്ന കോപത്തിന് അടിമപ്പെട്ട് മന്ത്രിമാരെ ഉടൻ വിളിപ്പിച്ച് ഇ പ്രകാരം ആജ്ഞാപിച്ചു. " കടുത്ത വാക്കുകൾ മാത്രം എന്നും പറയുന്ന എന്റെ ഈ മകളെ കൊണ്ടുപോയി ഏതെങ്കിലും അ ന്യനാട്ടുകാരന് കൊടുക്കുക, ഇവൾക്ക് എന്താണോ വിധിച്ചിട്ടു ള്ളത് അത് ഇവളും അനുഭവിക്കട്ടെ".

രാജാവിന്റെ ആജ്ഞ സ്വീകരിച്ചുകൊണ്ട് രണ്ടു മന്ത്രി മാർ അത്യാവശ്യം വേണ്ട അകമ്പടിക്കാരെ മാത്രം കൂട്ടി രാജകു മാരിയേയും കൊണ്ട് യാത്ര പുറപ്പെട്ടു. അടുത്ത നഗരത്തിലെ ത്തിയ അവർ ഒരു ക്ഷേത്രം കണ്ടു. ആ ക്ഷേത്രത്തിനു മുമ്പിൽ ഭിക്ഷതേടി നടന്നിരുന്ന ക്ഷീണിച്ചവശനായ ആ യുവാവിനെ കണ്ട അവർ രാജകുമാരിയെ അയാൾക്കു നൽകി. പരിചാരിക

മാരെ മാത്രം രാജകുമാരിയുടെ സഹായത്തിനു നിർത്തി മന്ത്രി
മാരും സംഘവും തിരിച്ചുപോയി. അങ്ങിനെ ജീവിതം മടുത്തു
കൊട്ടാരം വിട്ടുപോന്ന, വയറ്റിൽ പാമ്പു താമസിക്കുന്ന, ഭിക്ഷ
ക്കാരനായി മാറിയ രാജകുമാരന് ഒരു രാജകുമാരിയെ ഓർക്കാ
പ്പുറത്ത് കൂട്ടുകാരിയായി കിട്ടി.

ഒട്ടും പതറുന്ന സ്വഭാവമായിരുന്നില്ല രാജകുമാരിയുടേ
ത്. അച്ഛന്റെ ഉത്തരവും മറ്റും വികാരങ്ങൾക്കടിമപ്പെടാതെ സ്വീ
കരിച്ച് മന്ത്രിമാരോടൊപ്പം പതറാതെ വന്ന ആ രാജകുമാരി മ
ന്ത്രിമാർ തന്നെ ഭിക്ഷക്കാരന് നൽകിയപ്പോഴും ഒട്ടും പതറിയി
ല്ല. ഭിക്ഷാടകനായ യുവാവിനെ തന്റെ ഭർത്താവും കൺകണ്ട
ദൈവവുമായി അവൾ കണക്കാക്കി. ഇനിയും അവിടെ തങ്ങേ
ണ്ട എന്നു തീരുമാനിച്ച ആ രാജകുമാരി ഭിക്ഷാടകനായ ഭർ
ത്താവിനേയും കൂട്ടി പരിചാരികമാരോടൊപ്പം മറ്റേതോ നാട്ടി
ലേക്ക് യാത്ര തിരിച്ചു.

നടന്നു നടന്ന് അവർ എത്തിച്ചേർന്നത് എത്രയോ ദൂര
ത്തുള്ള ഒരു നാട്ടിലായിരുന്നു. വലിയ ഒരു ചിറയുടെ സമീപ
ത്ത് രാജകുമാരനെ ഇരുത്തിക്കൊണ്ട് രാജകുമാരി പറഞ്ഞു- "
പ്രഭോ അങ്ങ് ഈ പ്രദേശം കാത്തുരക്ഷിക്കുക". പിന്നീട് രാജ
കുമാരി പരിചാരികമാരേയും കൂട്ടി ഉപ്പും മുളകും അരിയും എ
ണ്ണയും വാങ്ങാൻ പോയി. നടന്നു തളർന്ന രാജകുമാരൻ ഉയർ
ന്നു കണ്ട ഒരു മൺപുറ്റിൽ തലചായ്ച്ച് അവിടെ കിടന്നു. രാജ
കുമാരിയും പരിചാരികമാരും തിച്ചെത്തിയപ്പോൾ കണ്ടത് മൺ
പുറ്റിൽ തലചായ്ച്ച് സുഖമായുറങ്ങുന്ന രാജകുമാരനെയാണ്.
ഉറങ്ങുന്ന രാജകുമാരനെ രാജകുമാരി സൂക്ഷിച്ചു നോക്കി. അ
ല്പം തുറന്നു പിടിച്ച രാജകുമാരന്റെ വായ്ക്കുള്ളിൽ നിന്ന് ഇ
ടയ്ക്കിടെ ഒരു പാമ്പ് നാവ് നീട്ടി വായു ഭക്ഷിക്കുന്നത് കണ്ട് രാ
ജകുമാരിയും പരിചാരികമാരും അത്ഭുതപ്പെട്ടു നിന്നു. അപ്പോൾ
തന്നെ മറ്റൊരത്ഭുതവും അവർ കണ്ടു. രാജകുമാരൻ തലചായ്
ച്ചിരിക്കുന്ന മൺപുറ്റിലെ ഒരു ദ്വാരത്തിലൂടെ വേറൊരു പാമ്പ്
ഇടയ്ക്കിടെ തല പുറത്തേയ്ക്കിട്ട് നാവു നീട്ടി വായു ഭക്ഷിക്കു

ന്നു. പെട്ടെന്ന് രാജകുമാരന്റെ വായിലെ പാമ്പും മൺപുറ്റിലെ പാമ്പും അന്യോന്യം കണ്ടുമുട്ടി. മൺപുറ്റിൽ താമസിച്ചിരുന്ന പാമ്പിന് വല്ലാത്ത കോപം വന്നു. ആ പാമ്പ് രാജകുമാരന്റെ വായിൽ നിന്ന് ഇടയ്ക്കിടെ നാവുനീട്ടിക്കൊണ്ടിരിക്കുന്ന ആ പാമ്പിനോട് – " മഹാദുഷ്ടാ.. നീ സുന്ദരനും യുവാവുമായ ആ രാജകുമാരനെ ഇത്ര ക്രൂരമായി ദ്രോഹിക്കുന്നതെന്തിനാ?" എന്നു ചോദിച്ചു. രാജകുമാരന്റെ വയറ്റിൽ കഴിഞ്ഞിരുന്ന പാ മ്പും വിട്ടുകൊടുത്തില്ല- " ദുഷ്ടാ, നീഎന്താണ് ചെയ്യുന്നത്? ചിതൽപുറ്റിനകത്ത് കിടക്കുന്ന സ്വർണനാണയങ്ങൾ നിറച്ച ര ണ്ട് കുടങ്ങളുടെ നടുവിൽ വളഞ്ഞുപുളഞ്ഞ് കിടന്ന് എന്തൊ രു പീഡനമാണ് ആ കുടങ്ങൾക്കുമേൽ നീ നടത്തുന്നത്? അ ത്ര ദുഷ്ട് ഞാൻ കാണിക്കുന്നില്ല" എന്ന് രാജകുമാരന്റെ വയറ്റി ലെ പാമ്പും തിരിച്ചടിച്ചു.

രാജകുമാരിക്ക് അങ്ങനെ രണ്ട് പാമ്പുകളുടേയും രഹ സ്യങ്ങൾ മനസ്സിലാക്കാൻ കഴിഞ്ഞു.

മൺപുറ്റിലെ പാമ്പ് വീണ്ടും വാശിമൂത്ത് രാജകുമാര ന്റെ വയറ്റിലെ പാമ്പിനോട് ചോദിച്ചു.- " നിന്റെ കഥ കഴിയാൻ ആരെങ്കിലും നല്ല പുളിച്ച പഴഞ്ചോറ് കടുകരച്ച് വേവിച്ച് ത ന്നാൽ പോരേ" എന്ന്- " നീ ചത്തുപോവാൻ തിളപ്പിച്ച വെള്ള മോ, തിളപ്പിച്ച എണ്ണയോ ആരെങ്കിലും മൺപുറ്റിൽ ഒഴിച്ചാൽ പോരെ?" എന്ന് രാജകുമാരന്റെ വയറ്റിലെ പാമ്പും തിരിച്ചു ചോ ദിച്ചു.

ഇതെല്ലാം മറഞ്ഞ് നിന്ന് കേട്ടുകൊണ്ടിരുന്ന രാജകുമാ രി വിറകുകൾ കൂട്ടി കത്തിച്ച് വലിയൊരു പാത്രത്തിൽ വെള്ളം തിളപ്പിച്ചു. രാജകുമാരനെ എഴുന്നേൽപിച്ച് ആ മൺപുറ്റിൽ ഒ ഴിച്ചു. മൺപുറ്റിലെ പാമ്പ് ശരീരമാകെ പൊള്ളി പിടഞ്ഞ് മരി ച്ചു. രാജകുമാരി പതുക്കെ മൺപുറ്റിനുള്ളിലെ സ്വർണനാണയ ക്കുടങ്ങൾ സ്വന്തമാക്കി. പിന്നീട് ആ രാജകുമാരി രാജകുമാരന് കടുക് വേവിച്ചരച്ച് പുളിച്ച പഴഞ്ചോറിലൊഴിച്ച് കൊടുക്കുക യും വയറ്റിലെ പാമ്പിന്റെ കഥ കഴിക്കുകയും ചെയ്തു. ജീവിത

ത്തിലാദ്യമായി രാജകുമാരന് വല്ലാത്തൊരാശ്വാസം അനുഭവ
പ്പെട്ടു.

പിന്നീട് ആ രാജകുമാരി ഭർത്താവിനേയും കൂട്ടി സ്വർ
ണനാണയക്കുടങ്ങളുമെടുത്ത് സ്വന്തം കൊട്ടാരത്തിലേക്ക് യാ
ത്ര തിരിച്ചു. കൊട്ടാരത്തിൽ വലിയ സമ്പത്തോടെ സുന്ദരനായ
രാജകുമാരനോടൊപ്പം എത്തിയ ആ കുമാരിയെ അച്ഛനമ്മമാ
രും ബന്ധുക്കളും മന്ത്രിമാരുമെല്ലാം വളരെ സ്നേഹാദരങ്ങളോ
ടെ സ്വീകരിച്ചു. രാജകുമാരിയും ഭർത്താവും ആ കൊട്ടാരത്തിൽ
സന്തോഷത്തോടെ പുതിയൊരു ജീവിതമാരംഭിച്ചു.

രാജ്യാഭിഷേകം

പക്ഷികളെല്ലാം കൂടി വലിയെരു യോഗം ചേർന്ന് പു തിയ പക്ഷിരാജാവിനെ കണ്ടെത്തണം എന്ന് തീരുമാനിച്ചു.പ ക്ഷിരാജാവായി വാഴുന്ന ഗരുഡനെ മാറ്റണം എന്ന കാര്യത്തിൽ കൊറ്റി, പ്രാവ്, കുയിൽ, തത്ത, മയിൽ, കോഴി എന്നിങ്ങനെ മി ക്കവാറും എല്ലാ പക്ഷികളും ഒരേ അഭിപ്രായക്കാരായിരുന്നു. മ ഹാവിഷ്ണുവിന്റെ വാഹനമായി വിലസിനടക്കുന്ന ഗരുഡനെ ക്കൊണ്ട് പക്ഷി വർഗത്തിന് ഒരു നേട്ടവുമില്ല., തന്റെ കാര്യത്തിൽ മാത്രമേ ഗരുഡന് ശ്രദ്ധയുള്ളൂ. പുതിയ രാജാവ് ആരാവണം എന്ന് ഉടനെ തീരുമാനിക്കണം എന്നിങ്ങനെയാണ് പക്ഷികളു ടെ യോഗത്തിൽ ഉണ്ടായ ധാരണ.

മൂങ്ങയെ രാജാവാക്കണം എന്നതായിരുന്നു ആദ്യം ഉ യർന്നുവന്ന അഭിപ്രായം. സുന്ദരനായ മൂങ്ങ മറ്റു പക്ഷികളുമാ യി നല്ല ബന്ധം പുലർത്തുന്നതുകൊണ്ട് ഏറ്റവും യോഗ്യൻ മൂ ങ്ങ തന്നെ എന്ന് എല്ലാ പക്ഷികളും ധാരണയിലെത്തി.

അങ്ങിനെ മൂങ്ങയെ പക്ഷിരാജാവായി അഭിഷേകം ചെ യ്യിക്കാനുള്ള ഒരുക്കങ്ങൾ തിരക്കുപിടിച്ച് നടന്നു. എല്ലാപക്ഷി കളും നല്ല ഉത്സാഹത്തോടെ അഭിഷേകത്തിനുവേണ്ട സാധന സാമഗ്രികൾ കൊണ്ടുവന്നു. ഒരുക്കങ്ങൾ എല്ലാം പൂർത്തിയാ യി. പക്ഷികൾ എല്ലാം കൂടിച്ചേർന്ന് മൂങ്ങയെയും ഭാര്യയേയും

എഴുന്നള്ളിച്ചുകൊണ്ട് വന്ന് സിംഹാസനത്തിലിരുത്തി.

ഈ സമയത്താണ് ഒരു കാക്ക അവിടെ പറന്നെത്തിയ
ത്. എന്തോ കാരണത്താൽ നേരത്തേ നടന്ന യോഗത്തിൽ കാ
ക്കകളൊന്നും പങ്കെടുത്തിരുന്നില്ല. പറന്നെത്തിയ കാക്കയ്ക്ക്
പക്ഷികളെല്ലാം ഒരിടത്ത് ഒരുമിച്ച് കൂടിയിരിക്കുന്നത് കണ്ട് അ
ത്ഭുതം തോന്നി. ഇത് എന്തൊരു ഉത്സവമായിരിക്കാം എന്ന ചി
ന്തയിലായ കാക്കയുടെ അത്ഭുതം സിംഹാസനത്തിലിരിക്കുന്ന
മൂങ്ങയേയും ഭാര്യയേയും കണ്ടപ്പോൾ ഇരട്ടിച്ചു.

കാക്കയെ കണ്ടതോടുകൂടി പക്ഷികൾക്കിടയിൽ പുതി
യ ഒരു ചിന്ത ഉയർന്നു. നേരത്തെ നടന്ന യോഗത്തിൽ കാക്ക പ
ങ്കെടുത്തിരുന്നില്ല എന്നതിനാൽ എല്ലാ കാര്യങ്ങളും വളരെയേ
റെ കൗശലക്കാരനായ കാക്കയോട് പറയാം എന്ന് പക്ഷികൾ
തീരുമാനിച്ചു. പക്ഷികളെല്ലാം ചേർന്ന് ഇതുവരെ നടന്ന കാര്യ
ങ്ങൾ കാക്കയോടു വിശദീകരിച്ചുകൊടുത്തു.

എല്ലാം കേട്ട് ചെറിയ ഒരു ചിരിയോടെ കാക്ക പറഞ്ഞു.-
"തത്ത, മയിൽ, അരയന്നം, പ്രാവ് എന്നിങ്ങനെ എത്രയെത്ര ന
ല്ല പക്ഷികളുണ്ട്! ഇവരെയൊന്നും കണക്കിലെടുക്കാതെ ഒരു
മൂങ്ങയെ രാജാവാക്കാൻ തീരുമാനിച്ച നിങ്ങൾ വലിയ വിഡ്
ഢികൾ തന്നെ. പകൽ കണ്ണു കാണില്ല, മുഖത്താണെങ്കിൽ എ
പ്പോഴും ക്രൂരമായ ഭാവം, കാണാനോ ഭംഗിയുമില്ല എന്നിങ്ങ
നെ എത്രയെത്ര ദോഷങ്ങളാണ് മൂങ്ങയ്ക്കുള്ളതെന്ന് നിങ്ങൾ
ചിന്തിച്ചതേയില്ല, രാജാവാക്കുന്ന ആൾക്ക് എന്തെല്ലാം ഗുണ
ങ്ങൾ ഉണ്ടാവേണ്ടതുണ്ട്. സാമാന്യ ബുദ്ധിയുള്ള ആരെങ്കിലും
മൂങ്ങയ്ക്ക് രാജപദവി നൽകുമോ? പക്ഷിവർഗത്തിന്റെ നന്മയ്
ക്ക് നല്ല രൂപവും ഭാവവും തികഞ്ഞ ഒരു പക്ഷിയാണ് രാജാവാ
കേണ്ടത്., രാജാവിന്റെ മഹത്വം നമുക്ക് മഹത്വം തരും".

കാക്ക പറഞ്ഞതിൽ വലിയ കഴമ്പുണ്ടെന്ന് പക്ഷികൾ
ക്ക് എല്ലാം ബോധ്യമായി. അതോടെ മൂങ്ങയുടെ പക്ഷിരാജാഭി
ഷേകവും മുടങ്ങി.

എല്ലാവരും വിഡ്ഢികൾ

പക്ഷിക്കാഷ്ഠത്തിൽ സ്വർണമോ!? എന്തൊരത്ഭുതമാണ് ഇത് കേട്ടാൽ തോന്നുക. എന്നാൽ സത്യമായും സ്വർണക്കാഷ്ഠമിടുന്ന ഒരു പക്ഷിയുണ്ടായിരുന്നു. വലിയ ഒരു മലഞ്ചെരുവിൽ പടർന്നു നിൽക്കുന്ന ഒരു വന്മരത്തിലായിരുന്നു സ്വർണക്കാഷ്ഠമിടുന്ന ആ പക്ഷി കൂടുകൂട്ടി പാർത്തിരുന്നത്.

ഒരു മലവേടനാണ് ഇത്തരമൊരു പക്ഷിയെ ആദ്യം കണ്ടെത്തിയത്. ഇര തേടി നടക്കുകയായിരുന്ന ആ വേടൻ മലഞ്ചെരുവിലെത്തി വന്മരത്തിലേക്ക് കണ്ണുകളയച്ച് നോക്കി നിൽക്കുകയായിരുന്നു. അപ്പോഴതാ ഒരു പക്ഷി കാഷ്ഠിക്കുന്നു. അത് ഭൂമിയിൽ വീണതും തിളങ്ങുന്നത് കണ്ട് വേടൻ അടുത്ത് ചെന്ന് സൂക്ഷിച്ച് നോക്കി. പക്ഷിയുടെ കാഷ്ഠം തിളങ്ങുന്ന സ്വർണമായിക്കിടക്കുന്നു. വേടൻ അത്ഭുതവും ആവേശവും കൊണ്ട് ആകെ പരവശനായി. എന്തായാലും ആ പക്ഷിയെ പിടിക്കാതെ അവിടം വിടില്ല എന്ന് വേടൻ മനസ്സുകൊണ്ടുറപ്പിച്ചു. അയാൾ വളരെ ശ്രദ്ധയോടെ വലവിരിച്ച് നന്നേ പ്രയാസപ്പെട്ട് ആ പക്ഷിയെ കുടുക്കി വലയിലാക്കി കുടിലിലേക്ക് കൊണ്ടുപോയി. നല്ലൊരു കൂടുണ്ടാക്കി ആ പക്ഷിയെ കൂട്ടിൽ പാർപ്പിച്ചു.

വലിയ ഒരു കാര്യം ചെയ്തുതീർത്ത് സമാധാനിച്ചിരി

ക്കുകയായിരുന്ന വേടന്റെ മനസ്സിൽ പെട്ടെന്ന് ഇത്തരമൊരു ചി
ന്ത ഉയർന്നു വന്നു,- " സ്വർണക്കാഷ്ഠമിടുന്ന അത്ഭുതപ്പക്ഷി
എന്റെയടുത്തുണ്ട് എന്ന വിവരം, പതുക്കെപ്പതുക്കെ ചിലരെങ്കി
ലും അറിയാനിടവരും. ആ ചിലരിലൂടെ രഹസ്യം പരസ്യമാ
വും. വൈകാതെ തന്നെ ഇക്കാര്യം ആരെങ്കിലും രാജാവിനെ
അറിയിക്കും. രാജാവറിഞ്ഞുകഴിഞ്ഞാൽ പിന്നെ എന്റെ ജീവി
തം തന്നെ അവസാനിച്ചു എന്നു വരാം." ഇത്തരം ചിന്തകളിൽ
പെട്ട് എന്ത് ചെയ്യണമെന്നറിയാതെ വിഷമത്തിലായ വേടൻ ഒ
ടുവിൽ ഇങ്ങിനെ ഒരു തീരുമാനമെടുത്തു. "വേണ്ടാത്ത പൊ
ല്ലാപ്പുകൾ ഒന്നും ഉണ്ടാക്കേണ്ട, ആരേയും അറിയിക്കാതെ ഞാൻ
തന്നെ കൂട്ടിലിട്ട ഈ അപൂർവ പക്ഷിയേയും കൊണ്ട് രാജകൊ
ട്ടാരത്തിൽ പോവാം, മഹാരാജാവിന് സമ്മാനമായി ഈ അ
ത്ഭുത പക്ഷിയെ സമർപ്പിച്ച് അദ്ദേഹത്തിന്റെ സന്തോഷം നേ
ടാം".

രാജകൊട്ടാരത്തിലെത്തിയ മലവേടൻ കൂട്ടിലിട്ട കിളിയെ
രാജാവിന് സമർപ്പിച്ച് താൻ കണ്ട കാര്യങ്ങൾ വിവരിച്ചുകൊടു
ത്തു. എല്ലാം കേട്ടപ്പോൾ രാജാവിന് വളരേയേറെ സന്തോഷമാ
യി. അദ്ദേഹം മന്ത്രിമാരെ വിളിച്ച് കാര്യങ്ങൾ പറഞ്ഞു. കൊട്ടാ
രത്തിലെത്തിയ അത്ഭുതപ്പക്ഷിയെ പരിചരിക്കുന്നതിന് സേവ
കന്മാരെ ചുമതലപ്പെടുത്തണമെന്ന് രാജാവ് മന്ത്രിമാരോട് ആ
വശ്യപ്പെട്ടു.

ഇതുകേട്ടു നിന്ന മന്ത്രിമാരിൽ ഒരാൾ പറഞ്ഞു- "മഹാ
രാജാവേ ഇഷ്ടക്കേടൊന്നും തോന്നരുത്. ഒരു മലവേടൻ പറ
യുന്ന വിഡ്ഢിത്തം കേട്ട് നാമത് പെട്ടെന്ന് വിശ്വസിച്ചുകൂടാ,
പക്ഷിക്കാഷ്ഠം സ്വർണമായി മാറും എന്ന് ഞാനിതുവരെ എ
വിടേയും കേട്ടിട്ടില്ല. ഇത്തരം വിഡ്ഢിത്തങ്ങൾ നമ്മൾ വിശ്വ
സിക്കരുത്. ഒരു പക്ഷിയെ വെറുതെ കൂട്ടിലടച്ചിടുന്നത് ശരിയ
ല്ല. നമുക്കിതിനെ വിട്ടയക്കാം എന്നാണെന്റെ അഭിപ്രായം".

മന്ത്രിമാരുടെ വാക്കുകൾ കേട്ട് അല്പനേരം ആലോചി
ച്ചിരുന്ന രാജാവ് പക്ഷിയെ വിട്ടയക്കാൻ ഉത്തരവിട്ടു. രാജഭട

ന്മാർ ഉടൻ കൂടുതുറന്ന് പക്ഷിയെ വിട്ടയച്ചു.

കൂട്ടിൽ നിന്ന് പറന്നുയർന്ന ആ പക്ഷി കൊട്ടാരത്തിലെ ഒരു വാതിലിനു മുകളിൽ പോയി ഇരുന്ന് കാഷ്ഠിച്ചു. നിലത്ത് വീണതും ആ കാഷ്ഠം സ്വർണമായിത്തീർന്നു. രാജാവും ഭട ന്മാരും മന്ത്രിമാരും അമ്പരന്ന് നോക്കിനിൽക്കവേ വീണ്ടും പറ ക്കാൻ ഒരുങ്ങിക്കൊണ്ട് ആ പക്ഷി പറഞ്ഞു- "ഞാൻ വിഡ്ഢി, എന്നെപ്പിടിച്ച വേടൻ വിഡ്ഢി, മന്ത്രി വിഡ്ഢിയായി, ഒടുവില താ രാജാവും വിഡ്ഢിയായി.. എല്ലാവരും മഹാവിഡ്ഢികൾ തന്നെ".

സൂചിമുഖി

കൊക്കിന്റെ അറ്റം സൂചിമുനപോലെ കൂർത്തിരിക്കുന്ന പക്ഷിയാണ് സൂചിമുഖി എന്ന പേരിൽ അറിയപ്പെടുന്നത്. പണ്ട് ഒരു സൂചിമുഖിപ്പക്ഷി കൂടുകെട്ടി പാർത്തിരുന്നത് കുന്നിൻ പുറത്തുള്ള ഒരു മരത്തിലായിരുന്നു. ആ കുന്നിൻപുറത്ത് ധാരാളം കുരങ്ങന്മാരും താമസിക്കുന്നുണ്ടായിരുന്നു. പ്രത്യേകിച്ച് പാർപ്പിടങ്ങളൊന്നുമുണ്ടാക്കാതെ മരങ്ങളുടെ കൊമ്പുകളിലും ചുവട്ടിലുമെല്ലാമായി കുരങ്ങന്മാർ കഴിഞ്ഞുകൂടി.

പെട്ടെന്ന് മഴക്കാലം വന്നു. രണ്ടുമൂന്നു ദിവസങ്ങൾ പേമാരിയായിരുന്നു. ശക്തമായ കാറ്റും വീശിയടിച്ചു. കുന്നിൻപുറം വെള്ളത്തിൽ മുങ്ങി. കുരങ്ങന്മാരെല്ലാം നനഞ്ഞുവിറച്ചു. എല്ലായിടത്തും എപ്പോഴും ഇരുട്ടായിരുന്നു. മിന്നാമിനുങ്ങുകൾ മിന്നിമറയുന്നത് കണ്ടപ്പോൾ ഒരു കുരങ്ങൻ വിചാരിച്ചു അത് തീപ്പൊരിയാണെന്ന്. ആ കുരങ്ങൻ കുറേ മിന്നാമിനുങ്ങുകളെ പിടിച്ച് ഊതി തീക്കത്തിക്കാൻ ശ്രമിച്ചുകൊണ്ടിരുന്നു. പക്ഷേ തീയുണ്ടാക്കാൻ അതിനു കഴിഞ്ഞില്ല. മിന്നാമിനുങ്ങുകളെ കാണാതാവുകയും ചെയ്തുകൊണ്ടിരുന്നു. കുരങ്ങന് ക്ഷമയും നശിച്ചു.

ഇതെല്ലാം കണ്ട് മരക്കൊമ്പിലെ കൂട്ടിൽ നിന്ന് കഴുത്ത് പതുക്കെ പുറത്തേയ്ക്ക് നീട്ടി സൂചിമുഖിപ്പക്ഷി ആ കുരങ്ങ

നോടു പറഞ്ഞു- "തോരാമഴയത്ത് തണുത്ത് വെറുങ്ങലിക്കു മ്പോൾ മാത്രം ചിന്തിച്ചിട്ടു കാര്യമില്ല, നീ പിടിച്ചുകൊണ്ടിരിക്കു ന്നത് മിന്നാമിനുങ്ങുകളെയാണ്. മിന്നാമിനുങ്ങ് തീപ്പൊരിയല്ല, ഊതിയൂതി തളരേണ്ട. ഒരിക്കലും മിന്നാമിനുങ്ങ് കത്തുകയുമി ല്ല. ഏതെങ്കിലും മലമുകളിൽ കയറിക്കൂടാൻ പറ്റിയ ഗുഹകളു ണ്ടോ എന്ന് നോക്ക്. എന്നാലേ ഈ തണുപ്പിൽ നിന്ന് രക്ഷ കി ട്ടൂ. മിന്നാമിനുങ്ങുകളെ പിടിച്ച് ഊതിയൂതി തീക്കത്തിച്ച് തണു പ്പുമാറ്റാൻ നോക്കുന്ന നീ പടുവിഡ്ഢിയാണ്".

ഈ വാക്കുകൾ കേട്ടുകൊണ്ടിരുന്ന ഒരു മുതുക്കുരങ്ങൻ സൂചിമുഖിപ്പക്ഷിയോടു പറഞ്ഞു- "നീ അല്പം വിവേകം കാ ണിക്കണം, ഒരുപാട് അധ്വാനിച്ച് കാര്യം നേടാനാവാതെ നിരാ ശപ്പെട്ടിരിക്കുകയാണ് ആ കുരങ്ങൻ, നീ അവനെ ഉപദേശിച്ച് കൂടുതൽ കലികയറ്റാതിരുന്നാൽ നിനക്കു തന്നെ നല്ലത്".

വയസ്സൻ കുരങ്ങന്റെ ഈ വാക്കുകൾ കേട്ടഭാവം പോ ലും കാണിക്കാതെ സൂചിമുഖി കുരങ്ങനെ പരിഹസിച്ചുകൊ ണ്ടു വീണ്ടും എന്തെല്ലാമോ പറഞ്ഞുകൊണ്ടിരുന്നു.

മിന്നാമിനുങ്ങുകളെ പിടിച്ചും ഊതി നോക്കിയും മടു ത്ത, തണുത്ത് വിറച്ച് ആകെ പരവശനായ ആ കുരങ്ങന് സൂ ചിമുഖിപ്പക്ഷിയുടെ പരിഹാസ വാക്കുകൾ കേട്ട് കോപം ആളി ക്കത്തി. ആ കുരങ്ങൻ എല്ലാ ശക്തിയുമെടുത്ത് സൂചിമുഖിയു ടെ കൂട് തൂങ്ങുന്ന മരക്കൊമ്പിലേക്ക് ഒരൊറ്റ ചാട്ടത്തിൽ കയറി. പക്ഷിയെപിടിച്ച് കൈകളിലിറുക്കി മരച്ചുവട്ടിലേക്ക് ചാടിയിറ ങ്ങിയ ആ കുരങ്ങൻ വലിയ ഒരു കല്ലിലിടിച്ച് ആ പക്ഷിയെ കൊന്നു. വിഡ്ഢിയെ നല്ല സമയം നോക്കി ഉപദേശിക്കാതിരു ന്നതിന്റെ ഫലം ആ സൂചിമുഖിപ്പക്ഷി അനുഭവിച്ചു.

പൊൻതൂവൽ നൽകുന്ന അരയന്നങ്ങൾ

പണ്ടുകാലത്ത് ചിത്രരഥൻ എന്നു പേരായ ഒരു രാജാ വുണ്ടായിരുന്നു. അദ്ദേഹം രാജ്യത്തിന്റെ തലസ്ഥാനത്ത് കൊ ട്ടാരത്തോടു ചേർന്ന് വലിയ ഒരു ചിറ പണി കഴിപ്പിച്ചു. ആ ചി റയ്ക്ക് പദ്മസരസ്സെന്നായിരുന്നു അദ്ദേഹം നൽകിയ പേര്. ധാ രാളം അരയന്നങ്ങൾ ആ സരസ്സിൽ വന്ന് പാർപ്പുറപ്പിച്ചു. ആരേ യും ആകർഷിച്ചുകൊണ്ട് നല്ല ഭംഗിയിൽ നീന്തിത്തുടിച്ചുകൊ ണ്ടിരുന്ന ആ അരയന്നങ്ങൾക്കെല്ലാം പൊന്നിന്റെ നിറമായിരു ന്നു. സൂര്യപ്രകാശത്തിൽ അരയന്നക്കൂട്ടങ്ങളങ്ങിനെ നിരന്നു നീ ങ്ങുമ്പോൾ ചിത്രരഥ രാജാവിന്റെ പദ്മസരസ്സ് പൊൻപ്രഭയിൽ കളിച്ചു നിൽക്കുന്നതും വല്ലാത്ത ഒരാകർഷണം തന്നെയായിരു ന്നു.

ഈ അരയന്നങ്ങൾ ഒരു വർഷത്തിൽ രണ്ടു തവണ ത ങ്ങളുടെ രാജാവിന് ഓരോരോ പൊൻതൂവൽ സമ്മാനിച്ചുപോ ന്നു. ഇതോടെ രാജാവിന് വലിയ സന്തോഷമായി. മാത്രമല്ല, അ രയന്നങ്ങളെ രാജകീയമായിത്തന്നെ സംരക്ഷിക്കാൻ അദ്ദേഹം പ്രത്യേക നിർദേശങ്ങൾ നൽകുകയും സ്വയം മേൽനോട്ടം വ ഹിക്കുകയും ചെയ്തു.

കാലം കുറച്ചങ്ങിനെ കഴിഞ്ഞു. പദ്മസരസ്സിലേക്ക് എ വിടെ നിന്നോ വേറെ ഒരു പക്ഷി പറന്നെത്തി പാർപ്പുറപ്പിച്ചു.

ഈ പക്ഷിക്ക് നല്ല വലിപ്പമുണ്ടായിരുന്നു. അരയന്നങ്ങളിൽ നി
ന്നും തികച്ചും വ്യത്യസ്തനായ ഈ പക്ഷിക്ക് വെള്ളിനിറമാ
യിരുന്നു. ഈ പക്ഷിയുടെ വരവ് അരയന്നങ്ങൾക്ക് ഒട്ടും ഇഷ്
ടമായില്ല. എങ്ങിനെയെങ്കിലും ഈ പക്ഷിയെ പദ്മസരസ്സിൽ
നിന്ന് തുരത്തണം എന്ന് അരയന്നങ്ങൾ തീരുമാനിച്ചു.

ഒരു ദിവസം എല്ലാ അരയന്നങ്ങളും ചേർന്ന് ആ വെ
ള്ളിപ്പക്ഷിയുടെ അടുത്ത് ചെന്ന് ഇങ്ങിനെ പറഞ്ഞു-"ഇത് ഞ
ങ്ങൾ അരയന്നങ്ങളുടെ സ്വന്തം പദ്മസരസ്സാണ്. മഹാരാജാവി
ന് പൊൻതൂവലുകൾ നൽകിയാണ് ഞങ്ങൾ ഈ സരസ്സിന്റെ ഉ
ടമകളായി താമസിച്ചു വരുന്നത്. ഞങ്ങളുടെ കൂട്ടത്തിൽ ചേരാ
ത്ത നീ ഇവിടെ ചേക്കേറേണ്ട".

പുതിയ വിരുന്നുകാരനായ വെള്ളിപ്പക്ഷിയും വിട്ടുകൊ
ടുക്കുന്ന സ്വഭാവത്തിലായിരുന്നില്ല. രണ്ടുകൂട്ടരും കടുത്ത വാ
ക്കുകൾ പറഞ്ഞ് പരസ്പരം ശത്രുതയിലായി. ശത്രുത മൂത്ത്
അരയന്നങ്ങളും വെള്ളിപ്പക്ഷിയും തമ്മിൽ നല്ല കലഹമായി.
കലഹം മൂത്ത് മൂത്ത് സഹികെട്ട വെള്ളിപ്പക്ഷി ഒരു ദിവസം ചി
ത്രരഥരാജാവിന്റെ മുന്നിലെത്തി തന്റെ പരാതികൾ ബോധിപ്പി
ച്ചു. പദ്മസരസ്സ് രാജാവിന്റേതാണ് അരയന്നങ്ങൾക്ക് ഒരു അവ
കാശവുമില്ല, രാജാവ് എല്ലാ കാര്യങ്ങളിലും ന്യായം നോക്കി
തീർപ്പുണ്ടാക്കാൻ ബാധ്യസ്ഥനാണ് എന്നെല്ലാമായിരുന്നു വെ
ള്ളിപ്പക്ഷിയുടെ വാദങ്ങൾ.

പക്ഷിയുടെ വാദങ്ങൾ ശ്രദ്ധയോടെ കേട്ട രാജാവ് രാജ
ഭടന്മാരെ വിളിച്ച് പദ്മസരസ്സിലെ എല്ലാ പക്ഷികളേയും കൊ
ന്നൊടുക്കാൻ ഉത്തരവിട്ടു. വാളും കുന്തവുമായി വരുന്ന രാജഭ
ടന്മാരെ കണ്ടതോടെ അരയന്നങ്ങൾ പേടിച്ചു വിറച്ച് പദ്മസര
സ്സുപേക്ഷിച്ച് എവിടേക്കോ പറന്നുപോയി. വെള്ളിനിറമുള്ള വ
ലിയൊരു പക്ഷിയെ ശത്രുവാക്കി ഉള്ളതുകൂടി ഉപേക്ഷിക്കേണ്ടി
വന്ന ദുഃഖത്തോടെയായിരുന്നു പൊൻതൂവൽ നൽകുന്ന ആ
അരയന്നങ്ങൾ പദ്മസരസ്സുവിട്ട് എവിടേക്കോ അഭയം തേടിപ്പോ
യത്.

നീലക്കുറുക്കൻ

കുറ്റിക്കാട്ടിൽ കഴിഞ്ഞുകൂടിയിരുന്ന ഒരു കുറുക്കന് കു
റേ ദിവസങ്ങളായി ഇരയൊന്നും കിട്ടിയിരുന്നില്ല. വിശപ്പുകൊ
ണ്ടു പൊറുതിമുട്ടിയ ആ കുറുക്കൻ ഒരു ദിവസം രാത്രി പതു
ക്കെ കുറ്റിക്കാട്ടിൽ നിന്ന് ഭക്ഷണം തേടി ഓട്ടമാരംഭിച്ചു. ഓടി
യോടി ആ കുറുക്കൻ എത്തിച്ചേർന്നത് ഒരു പട്ടണത്തിലായിരു
ന്നു. രാത്രിയിൽ ഒറ്റക്കുറുക്കനെക്കണ്ടപ്പോൾ അലഞ്ഞുതിരി
ഞ്ഞു നടന്നിരുന്ന പട്ടണത്തിലെ നായ്ക്കൾ കുരച്ച് ഓടിവന്ന്
കുറുക്കനെ പിടിക്കാൻ നോക്കി. ഭയന്നുവിറച്ച കുറുക്കൻ ജീവ
നും കൊണ്ട് നെട്ടോട്ടമോടി. ഓടിയോടി കുറുക്കൻ ചെന്നുവീ
ണത് ഒരലക്കുകാരന്റെ വീട്ടിൽ തുണികൾ മുക്കാൻ നീലം കല
ക്കിവച്ചിരിക്കുന്ന വലിയ ഒരു പാത്രത്തിനുള്ളിലാണ്.

നീലത്തിൽ മുങ്ങിക്കുളിച്ച് പതുക്കെ ആ പാത്രത്തിൽ
നിന്ന് പുറത്തേയ്ക്ക് വന്ന് നിന്ന കുറുക്കനെക്കണ്ട് കുറുക്കന്റെ
പുറകേയോടിയെത്തിയ നായ്ക്കൾ അമ്പരന്നു. ഇതെന്തൊരു
വിചിത്ര ജീവി എന്നാണവർക്ക് നീലത്തിൽ മുങ്ങിനിൽക്കുന്ന
കുറുക്കനെ കണ്ടപ്പോൾ തോന്നിയത്. കുറുക്കനെ പിടിക്കാൻ
വാശിയോടെ ഓടിക്കിതച്ചെത്തിയ നായ്ക്കൾ ഇരയെക്കിട്ടാതെ
നിരാശരായി എങ്ങോട്ടോ ഓടിപ്പോയി.

നീലക്കുറുക്കൻ ഇരയും തേടിയോടി മറ്റൊരു കാട്ടിലെ

ത്തി. നീലനിറത്തിലുള്ള ഒരു ജീവിയെക്കണ്ടപ്പോൾ ആ കാട്ടി ലെ മൃഗങ്ങൾ തിരിഞ്ഞോടുകയാണ് ചെയ്തത്. സിംഹം, കര ടി, ചെന്നായ് തുടങ്ങിയ മൃഗങ്ങൾ തന്നെക്കണ്ട് ഭയന്നോടുന്ന ത് കണ്ടപ്പോൾ നീലക്കുറുക്കൻ എല്ലാവരും കേൾക്കാനായി ഉറ ക്കെപ്പറഞ്ഞു- "ആരും പേടിക്കേണ്ട, ഞാൻ മൃഗരാജാവാണ്. ബ്രഹ്മാവ് പ്രത്യേകമായി എന്നെ മാത്രം സൃഷ്ടിച്ച് നിങ്ങളുടെ രാജാവാക്കി വാഴിച്ച് ഭൂമിയിലേക്ക് അയച്ചിരിക്കുകയാണ്".

ഇതു കേട്ടതോടെ ഭയന്നോടിയ സിംഹവും ചെന്നായ യും മറ്റും വളരെ വിനയത്തോടെ പുതിയ മൃഗരാജാവിന്റെ മു ന്നിലെത്തി തലകുനിച്ച് നിന്നു. പുതിയ മൃഗരാജാവായി മൃഗ ങ്ങൾ തന്നെ സ്വീകരിച്ചു എന്നുറപ്പിച്ച നീലക്കുറുക്കൻ തന്റെ മ ന്ത്രിയായി സിംഹത്തെ നിയമിച്ചു. പാറാവുകാരന്റെ ജോലിയാ ണ് ചെന്നായക്കു നൽകിയത്. പുലിയെ കാവൽക്കാരനായി നി യമിച്ച നീലക്കുറുക്കൻ കുറുക്കൻമാർ വന്നപ്പോൾ അവരെയ ല്ലാം കഴുത്തുപിടിച്ച് ദൂരത്തേക്കെറിയുകയാണ് ചെയ്തത്. മന്ത്രി യും പാറാവുകാരനും മറ്റും കൊണ്ടു വന്ന് മുമ്പിൽ വെക്കുന്ന മാംസക്കഷണങ്ങളിൽ നിന്ന് അത്യാവശ്യം വേണ്ടതു മാത്രം എടുത്ത് ബാക്കി അവർക്കു തന്നെ തിന്നാൻ കൊടുത്ത് നീല ക്കുറുക്കൻ മൃഗരാജാവായി വാണരുളി.

ദിവസങ്ങളങ്ങിനെ കടന്നുപോയി. ഭൂമിയാകെ പൂനിലാ വിൽ കുളിച്ചു നിൽക്കുന്ന ഒരു രാത്രിയിൽ കുറുക്കന്മാർ എവി ടെ നിന്നോ കൂവിക്കൊണ്ടേയിരുന്നു. മൃഗരാജാവായി വിലസു ന്ന നീലക്കുറുക്കൻ ഇത് ശ്രദ്ധിച്ചുകൊണ്ടിരുന്നു. തന്റെ വർഗ ത്തിൽ പെട്ടവർ മത്സരിച്ച് കൂവിക്കൊണ്ടിരിക്കുന്നു. ആവേശം സഹിക്കാനാവാതെ വന്നപ്പോൾ മൃഗരാജാവും ഓരിയിടാൻ തു ടങ്ങി.

തങ്ങളുടെ രാജാവ് ഓരിയിടാൻ തുടങ്ങിയപ്പോഴാണ് മ ന്ത്രിക്കും കാവൽക്കാരനും പാറാവു കാരനുമെല്ലാം പുതിയ രാ ജാവിന്റെ തനിനിറം മനസ്സിലായത്. തങ്ങളുടെ വിഡ്ഢിത്തമോർ ത്ത് ആദ്യം അവർ ഒന്ന് നാണിച്ചു. പിന്നെ വിറപ്പിക്കുന്ന അലർ

ച്ചകളോടെ ആ മൃഗങ്ങൾ മൃഗരാജാവ് ചമഞ്ഞ് നടന്ന നീലക്കു
റുക്കന്റെ മേൽ ചാടിവീണ് നിമിഷനേരം കൊണ്ട് അവന്റെ ക
ഥ കഴിച്ചു.

ച്ചകളോടെ ആ മൃഗങ്ങൾ മൃഗരാജാവ് ചമഞ്ഞ് നടന്ന നീലക്കു
റുക്കന്റെ മേൽ ചാടിവീണ് നിമിഷനേരം കൊണ്ട് അവന്റെ ക
ഥ കഴിച്ചു.

ബുദ്ധിമോശം വന്നാൽ

ഗ്രാമപ്രദേശത്തുള്ള ഒരു കുളത്തിൽ അതിബുദ്ധിമാന്മാ രായ മൂന്ന് വലിയ മത്സ്യങ്ങൾ ഉണ്ടായിരുന്നു. വലിപ്പം കൊ ണ്ടും ബുദ്ധിശക്തി കൊണ്ടും ഏറ്റവും മുന്നിൽ നിൽക്കുന്ന ഈ മത്സ്യങ്ങൾ കുളത്തിലെ മറ്റു മത്സ്യങ്ങളെയെല്ലാം അടക്കി ഭരിച്ചുപോന്നു. മത്സ്യവർഗത്തിൽപെട്ടവർക്ക് ആപത്തുകൾ ഒ ന്നും വരാതിരിക്കാനും ഓർക്കാപ്പുറത്ത് വല്ല ആപത്തും വന്നാൽ നേരിടാനും വേണ്ട എല്ലാ കാര്യങ്ങളും ചെയ്തിരുന്നത് ബുദ്ധി ജീവികളായ ഈ മൂന്ന് മത്സ്യങ്ങളാണ്.

ഒരിക്കൽ ആ കുളത്തിന്റെ കരയിലൂടെ കുറേ മുക്കുവ ന്മാർ നടന്നുപോയി. വലിയൊരു കുളവും അതിൽ നിറയെ മ ത്സ്യങ്ങളും കണ്ട അവർ കുളത്തിലേക്ക് കുറേനേരം നോക്കി നിന്നു. അതിലൊരു മുക്കുവൻ മറ്റുള്ളവരോടു പറഞ്ഞു– "പല തരം മത്സ്യങ്ങളുള്ള ഒരു കുളമാണിത്, നാളെ നമുക്ക് ഈ കു ളത്തിൽ വല വിരിക്കണം".

ബുദ്ധിമാന്മാരായ മത്സ്യങ്ങളിൽ ഒന്ന് ഈ സംസാരം കേട്ടു. മുക്കുവന്മാർ പോയ ഉടനെ ആ മത്സ്യം മറ്റു മത്സ്യങ്ങളെ യെല്ലാം വിളിച്ചുചേർത്ത് ഇപ്രകാരം പറഞ്ഞു–"നാളെ രാവിലെ ശക്തരായ ശത്രുക്കൾ നമ്മളെ ആക്രമിക്കാൻ പരിപാടിയിട്ടിട്ടു ണ്ട്, ഈ രാത്രി തന്നെ ഈ കുളത്തിൽ നിന്ന് നമുക്ക് രക്ഷപ്പെ

ടണം. അല്ലെങ്കിൽ മരണം ഉറപ്പാണ്. ഇപ്പോൾ രണ്ടു മാർഗങ്ങ
ളേ നമ്മുടെ മുന്നിലുള്ളൂ, ഒന്നുകിൽ മരിക്കുക അല്ലെങ്കിൽ സു
രക്ഷിതമായ താവളം തേടി ഈ രാത്രി തന്നെ പോവുക. കൂടു
തലൊന്നും ചിന്തിക്കാതെ നമുക്ക് പുതിയൊരു കുളം തേടിപ്പോ
കാം".

ഈ അഭിപ്രായത്തെ ബുദ്ധിജീവിയായ രണ്ടാമത്തെ മ
ത്സ്യം പൂർണമായും പിന്താങ്ങി. എന്നാൽ ബുദ്ധിമാന്മാരിൽ മൂ
ന്നാമന്റെ നിലപാട് തികച്ചും വ്യത്യസ്തമായിരുന്നു. ആ മത്സ്യം
തന്റെ നിലപാട് ഇപ്രകാരം അവതരിപ്പിച്ചു.- "നമ്മുടെ മുൻതല
മുറക്കാർ തൊട്ട് താമസിച്ച് വരുന്ന കുളമാണിത്. ഒരു കാരണ
വശാലും ഈ കുളം വിട്ടുപോകാൻ പാടില്ല. ജീവൻ നശിക്കാ
നുള്ള സമയം വന്നാൽ എവിടെ ചെന്നാലും അത് സംഭവി
ക്കും. പോകുന്നവർക്കെല്ലാം പോകാം, പക്ഷേ ആരൊക്കെ പോ
യാലും ഞാൻ ഇവിടെ തന്നെ താമസിക്കുവാൻ ഉറപ്പിച്ചിരിക്കു
ന്നു".

ബുദ്ധിജീവികളിൽ മൂന്നാമന്റെ കൂടുതൽ വാദങ്ങൾ കേൾ
ക്കാൻ നിൽക്കാതെ മറ്റു രണ്ടു ബുദ്ധിജീവിമത്സ്യങ്ങൾ വേണ്ട
പ്പെട്ടവരെയെല്ലാം കൂട്ടി ഉടൻ മറ്റൊരു കുളത്തിൽ എത്തിച്ചേർ
ന്നു.

പിറ്റേദിവസം അതിരാവിലെത്തന്നെ മുക്കുവന്മാർ വ
ന്ന് കുളത്തിൽ വലവീശി. പോകാൻ തയ്യാറാവാതിരുന്ന ബുദ്ധി
ജീവിയായ മൂന്നാമത്തെ മത്സ്യവും ആ മത്സ്യത്തിന്റെ കൂടെ നി
ന്ന മറ്റ് മത്സ്യങ്ങളും വലയിൽ കുടുങ്ങുകയും ചെയ്തു.

ബുദ്ധിമാന്മാർക്കും ചില സന്ദർഭങ്ങളിൽ ബുദ്ധിമോശം
സംഭവിക്കും അത്തരം ബുദ്ധിമോശം വലിയ നാശത്തിന് ഇട
യാക്കുകയും ചെയ്യും.

രണ്ടുമുഖമുള്ള പക്ഷി

രണ്ടു മുഖവും ഒരേയൊരു ശരീരവുമുള്ള വിചിത്ര രൂപ
ത്തിലുള്ള ഒരപൂർവ പക്ഷിയും അതിന്റെ ഇണപ്പക്ഷിയും കൂടി
ഒരു തടാകത്തിൽ താമസിക്കുകയായിരുന്നു. ഒരു ദിവസം ക
ടൽക്കരയിലൂടെ കടന്ന് പോയ്ക്കൊണ്ടിരിക്കുന്ന ആൺപക്ഷി
ക്ക് നല്ലൊരു പഴം കിട്ടി. അവൻ ആ പഴമൊന്ന് രുചിച്ച് നോക്കി.
ഇത്രയും സ്വാദുള്ള ഒരു പഴം ഇന്നുവരെ തിന്നിട്ടില്ല. ഇത് സ്വർ
ഗത്തിൽ നിന്ന് വീണതാവുമോ! എന്നിങ്ങനെ ആ പക്ഷി സ്വ
യം കരുതി. അതാ പക്ഷിയുടെ രണ്ടാമത്തെ മുഖത്തിൽ നിന്ന്
ഒരു ചോദ്യം " അത്രയും നല്ല പഴമായിരുന്നുവെങ്കിൽ ഒരൽപം
എനിക്കും തന്നുകൂടായിരുന്നുവോ?"

ഈ ചോദ്യം കേട്ടതോടെ പക്ഷിയുടെ ആദ്യത്തെ മുഖ
ത്ത് ഒരു ചിരി പരന്നു. ആ മുഖത്തു നിന്ന് ഉയർന്ന ചോദ്യം ഇ
ങ്ങനെയായിരുന്നു- "ഏതു വായിൽക്കൂടി തിന്നാലും ഒരേയൊ
രു വയറിലേക്കല്ലേ പഴം പോവുന്നത്. രണ്ടു വായിലുംകൂടി തി
ന്നിട്ട് പ്രത്യേകിച്ച് ഒരു പ്രയോജനവും ഇല്ലല്ലോ?".

പഴം തിന്ന കൊക്കിൽ പറ്റിപ്പിടിച്ചിരിക്കുന്ന ചെറിയ ഒ
രു കഷണം പഴം ആൺപക്ഷി തന്റെ ഇണപ്പക്ഷിയുടെ കൊ
ക്കിലേക്ക് വെച്ചുകൊടുത്തു. അതു തിന്നതും പെൺപക്ഷി വള
രെ സന്തോഷത്തോടെ തന്റെ പ്രിയതമനെ കെട്ടിപ്പിടിച്ചൊരുമ്മ

നൽകി. ഈ രംഗം കണ്ടതോടെ ആൺപക്ഷിയുടെ രണ്ടാമത്തെ മുഖം ദുഃഖം കൊണ്ട് വാടി.

പിന്നീട് ഒരിക്കൽ പറക്കുന്നതിനിടയിൽ ഇരട്ട മുഖമു ള്ള പക്ഷിക്ക് കിട്ടിയത് വിഷമുള്ള ഒരു പഴമായിരുന്നു. "ഞാൻ ഈ വിഷപ്പഴം തിന്ന് നീ സ്വാദുള്ള പഴം തിന്ന് എന്നെ അപമാ നിച്ചതിന് പകരം വീട്ടും. അങ്ങിനെ ദുഷ്ടനായ നിന്നോട് ഞാൻ പ്രതികാരം വീട്ടും" എന്ന് രണ്ടാം മുഖം പറഞ്ഞു. ആ മുഖം പ ഴം കൊത്തിത്തിന്നാൻ ഒരുങ്ങുന്നതു കണ്ട് ഒന്നാമത്തെ മുഖം "അയ്യോ, തിന്നല്ലേ നമ്മുടെ നാശം ഉടൻ സംഭവിക്കും" എന്ന് കരഞ്ഞു പറഞ്ഞു. ഇതൊന്നും കേട്ടതായി ഭാവിക്കാതെ രണ്ടാ മത്തെ മുഖം പ്രതികാരം നിറഞ്ഞ ഭാവത്തോടെ പഴം വാശി യോടെ കൊത്തിത്തിന്നു. വിഷപ്പഴം അകത്തെത്തി അൽപനേ രം കഴിഞ്ഞതും രണ്ടു മുഖങ്ങളും ഒന്നിച്ച് അനങ്ങാതെയുമാ യി.

ആമയും അരയന്നങ്ങളും

രണ്ടു അരയന്നങ്ങളും ഒരു ആമയും ഒരു കുളത്തിൽ ഉ
റ്റസുഹൃത്തുക്കളായി താമസിച്ചു വരികയായിരുന്നു. അസാധാ
രണമായ വരൾച്ച കാരണം ഗ്രാമങ്ങളിലെ കുളങ്ങളും കിണറു
കളുമെല്ലാം വറ്റിത്തുടങ്ങി. ആമയും അരയന്നങ്ങളും പാർത്തി
രുന്ന കുളവും ചളി മാത്രം ബാക്കിയായ സ്ഥിതിയിലായി. അര
യന്നങ്ങൾക്കും ആമയ്ക്കും ആ കുളത്തിൽ ജീവിക്കാനാവാത്ത
നില വന്നു. അരയന്നങ്ങൾ പതുക്കെ വന്ന് ആമയോട് "എന്താ
ണ് നാം ചെയ്യുക? രണ്ടു നാളുകൾക്കുള്ളിൽ ഇപ്പോഴത്തെ ച
ളിയും വറ്റും, രക്ഷപ്പെടാൻ എന്താണ് മാർഗം?" എന്ന് ചോദി
ച്ചു.

ആമ ധൈര്യത്തോടെ പറഞ്ഞു. "ആപത്തു വരുമ്പോൾ
വിവേകം നഷ്ടപ്പെടരുത്. എന്തെങ്കിലും മാർഗം കാണണം. ഞാ
നൊരു സൂത്രം പറയാം, നിങ്ങൾ വെള്ളം വറ്റാതെയുള്ള ഒരു
കുളം കണ്ടു പിടിക്കണം. കുളം കണ്ടെത്തി വരുമ്പോൾ അധി
കം വണ്ണമില്ലാത്ത ഒരു വടിയും കൊണ്ടുവരണം. ആ വടിയുടെ
നടുവിൽ ഞാൻ മുറുകെ കടിച്ച് നിൽക്കാം, നിങ്ങൾ രണ്ടു പേ
രും വടിയുടെ രണ്ടറ്റം കൊക്കിൽ പിടിച്ച് പറന്ന് എന്നെ ആ കു
ളത്തിൽ വിട്ടാൽ മതി."

അരയന്നങ്ങൾക്ക് അത് സമ്മതമായി. അവർ ഉടനെത്ത

ന്നെ പോയി നല്ല വെള്ളമുള്ള കുളം കണ്ടെത്തി വടിയുമായി തിരിച്ചു വന്നു. വടിയുടെ നടുവിൽ കടിച്ചു തൂങ്ങിയ ആമയോ ട് അവർ പറഞ്ഞു. " വായ അനക്കരുതേ, അനങ്ങിയാൽ താഴെ യായിരിക്കും വീണു കിടക്കുന്നത്, വായ അടച്ചു മാത്രം പിടിക്ക ണം".

ആമ അത് സമ്മതിച്ചു. അങ്ങിനെ വടിയിൽ കടിച്ചു തൂ ങ്ങിയ ആമയേയും കൊണ്ട് അരയന്നങ്ങൾ പറന്നു.

പട്ടണത്തിലൂടെ ഇവർ ഇങ്ങിനെ പോകുന്നത് കണ്ട് ജ നങ്ങൾ അത്ഭുതത്തോടെ നോക്കുകയും ഉറക്കെ എന്തെല്ലാമോ പറഞ്ഞുകൊണ്ടിരിക്കുകയും ചെയ്യുന്നുണ്ടായിരുന്നു. ബഹളവും ഒച്ചപ്പാടും കൂടി വന്നപ്പോൾ "എന്താണ് ബഹളം?" എന്ന് ചോ ദിക്കാൻ ആമ വായ തുറന്നതും അതാ 'പ്ധീം'.... ആമ വലി യൊരു കല്ലിൽ വീണ് തലപൊട്ടി ചത്തുപോയി.

കഴുതയുടെ സംഗീതവിരുന്ന്

പകൽ സമയം മുഴുവൻ പട്ടണത്തിലെ അയൽക്കാരന്റെ വസ്ത്രക്കെട്ടും പേറി നടന്നിരുന്ന ഒരു കഴുതയ്ക്ക് രാത്രിയിൽ തന്നിഷ്ടത്തിനനുസരിച്ച് മേഞ്ഞുനടക്കാൻ സ്വാതന്ത്ര്യമുണ്ടാ യിരുന്നു. നേരം ഇരുട്ടുന്നതോടെ ആ കഴുത വയലുകളിൽ ഇ റങ്ങിച്ചെന്ന് കിട്ടുന്നതെല്ലാം തിന്നു രസിച്ചുപോന്നു.

രാത്രികാലങ്ങളിലെ ഈ സഞ്ചാരത്തിനിടയിൽ കഴുത യ്ക്ക് ഒരു കുറുക്കനെ കൂട്ടുകാരനായി കിട്ടി. ഒന്നുരണ്ടു ദിവസ ങ്ങൾക്കുള്ളിൽ രണ്ടുപേരും ഉറ്റ ചങ്ങാതിമാരായി.

രാത്രിസഞ്ചാരങ്ങൾക്കിടയിൽ ഒരിക്കൽ വിളഞ്ഞുകിടക്കു ന്ന ഒരു വെള്ളരിപ്പാടത്താണ് കഴുതയും കുറുക്കനുമെത്തിയ ത്. നല്ല വെള്ളരിക്കകൾ വയറുനിറയെ തിന്ന് അവർ രസിച്ചു. തുടർന്നുള്ള ദിവസങ്ങളിലും അവർ ഈ പരിപാടി തുടരുക യും ചെയ്തു.

നല്ല നിലാവുള്ള ഒരു രാത്രിയിൽ കഴുതയും കുറുക്ക നും വയറുനിറയെ വെള്ളരിക്കകൾ തിന്നു. പൂനിലാവു ചൊരി യുന്ന ആ രാത്രിയുടെ സൗന്ദര്യവും വയറു നിറയെ തിന്നതി ന്റെ സുഖവും കഴുതയെ വല്ലാതെ ഹരം പിടിപ്പിച്ചു. കഴുത കു റുക്കനോട് പറഞ്ഞു. "ഹൊ! എന്തൊരു ചന്തം ഈ നിലാവിന്,

പരമാനന്ദം കൊണ്ട് പൊറുതിമുട്ടുന്ന എനിക്ക് ഉറക്കെ പാടണ
മെന്ന് ഒരു ആഗ്രഹം".

ഇതുകേട്ട കുറുക്കൻ കഴുതയെ ഇപ്രകാരം ഉപദേശിച്ചു.
"കട്ടുതിന്ന് സുഖമായി കഴിഞ്ഞുകൂടുകയാണു നമ്മൾ, വേണ്ടാ
ത്ത അപ്രത്ത് വലിച്ചിടേണ്ട, നിന്റെ പൊട്ടപ്പാട്ട് ആർക്കാണ് സ
ന്തോഷം കൊടുക്കുക? നിന്റെ ശബ്ദം കേട്ടാൽതന്നെ പാട്ടിന്റെ
സൗന്ദര്യം ഊഹിക്കാം. കഴുതപ്പാട്ട് കേട്ടാൽ ഉറങ്ങിക്കിടക്കുന്ന
കൃഷിക്കാരും കാവൽക്കാരുമെല്ലാം വടികളുമായി വയലുകളിൽ
ഓടിയെത്തി നിന്നെ അടിച്ചിടും. കട്ടുനടക്കുന്നവർ അനാവശ്യ
മായി ഒച്ച വെക്കാറുമില്ല".

കുറുക്കന്റെ ഈ ഉപദേശം കഴുതയ്ക്ക് തീരെ പിടിച്ചില്ല.
" നിനക്ക് സംഗീതത്തിന്റെ മഹത്വം അറിയില്ല, സംഗീതമെന്നാൽ
അമൃതാണ്. പാട്ടുകേൾക്കുന്നതോടെ കാതുകളും മനസ്സുമെല്ലാം
അലിയും" എന്നെല്ലാം പറഞ്ഞ് വായ തുറക്കാൻ തുടങ്ങിയ ക
ഴുതയെ വീണ്ടും വീണ്ടും കുറുക്കൻ പിന്തിരിപ്പിക്കാൻ ശ്രമിച്ചു.

എന്നാൽ കഴുതയുടെ പാടണമെന്നുള്ള വാശി കൂടുക
തന്നെ ചെയ്തു. "ദേവന്മാർക്ക് കൂടി ഏറ്റവും ഇഷ്ടപ്പെട്ടതാണ്
രാഗപ്രവാഹം. ഓരിയിട്ടു നടക്കുന്ന നിനക്ക് രാഗാമൃതത്തെക്കു
റിച്ച് എന്തറിയാം?ഞാനിതാ പാടാൻ തുടങ്ങുകയായി" എന്ന്
പറഞ്ഞ് കഴുത പാടാനൊരുങ്ങി.

കഴുതയെ ഉപദേശിച്ചിട്ട് ഒരു കാര്യവുമില്ല എന്ന് ബോ
ദ്ധ്യപ്പെട്ട കുറുക്കൻ "നിനക്ക് പാടിയേ പറ്റൂ എങ്കിൽ സുഖമായി
പാടുക, ഞാൻ വെള്ളരിക്കണ്ടത്തിന്റെ വേലിക്ക് പുറത്തായി നിൽ
ക്കാം" എന്ന് കഴുതയോടു പറഞ്ഞ് വേലിചാടി പുറത്തേക്ക്
പോയി.

കഴുതയുടെ സംഗീതവിരുന്ന് ആരംഭിച്ചു. കഴുതക്കരച്ചിൽ
കേട്ട് ഉറക്കം ഞെട്ടിയ കാവൽക്കാരനും കൃഷിക്കാരനും വടിക
ളുമായി ഓടിയെത്തി, വെള്ളരിക്കണ്ടത്തിൽ പാടി രസിച്ചു നി
ന്നിരുന്ന കഴുതയെ തലങ്ങും വിലങ്ങും അടിച്ച് ഒടുവിൽ വലി
യ ഒരു ഉരൽ കഴുതയുടെ കഴുത്തിൽ കെട്ടിത്തൂക്കിയിട്ട് തിരിച്ചു

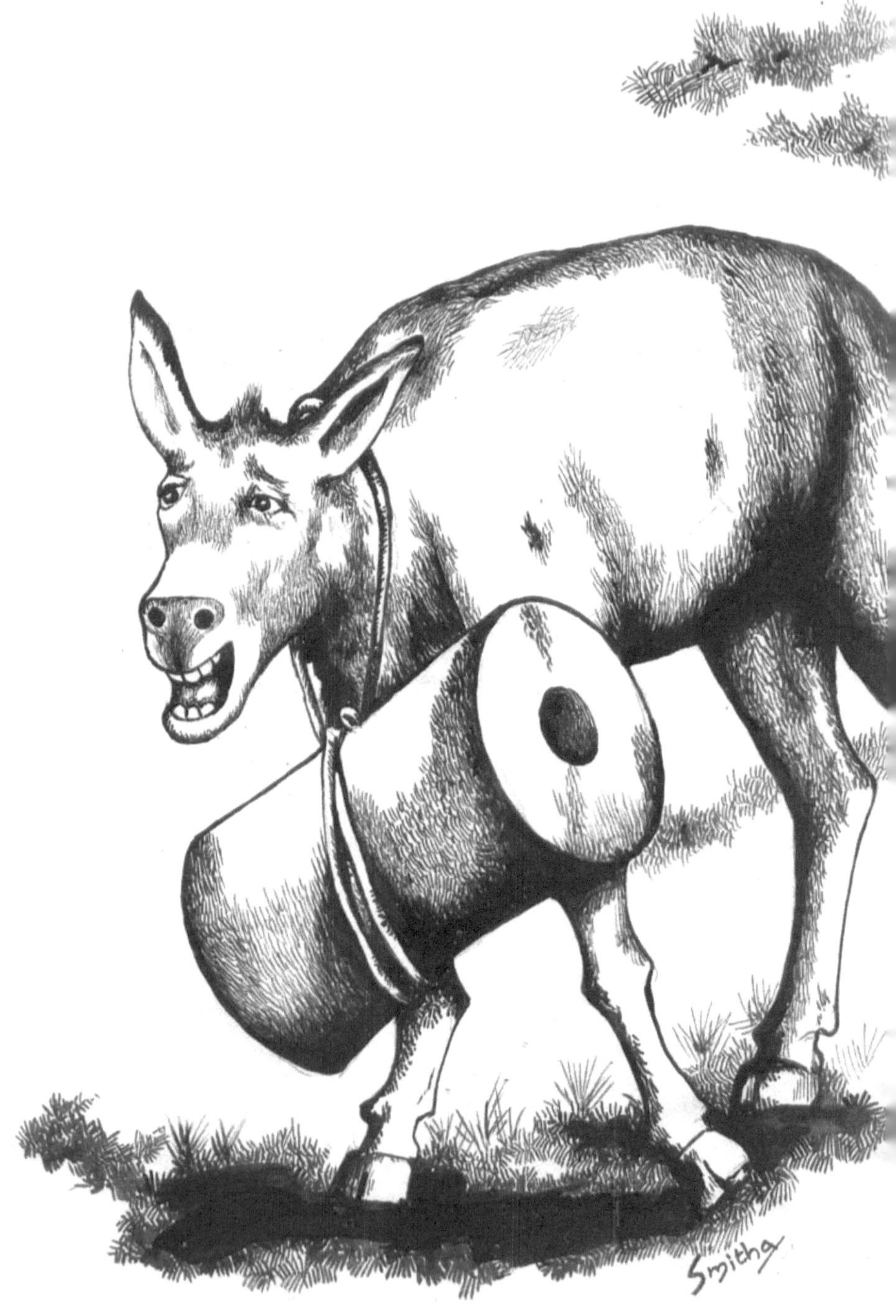

വിഷ്ണുശർമ്മന്റെ
പഞ്ചതന്ത്രം കഥകൾ

പോയി. അടിയുടെ വേദനകൾ സഹിച്ചും വലിയ ഉരൽ വലി
ച്ചും കഴുത വേച്ച് വേച്ച് നടന്നു.

കുറുക്കൻ പതുക്കെ കഴുതയുടെ അടുത്തെത്തി. "ഹൊ!
അമ്മാവന്റെ പാട്ട് അസാദ്ധ്യമായിരുന്നു. പാടേണ്ട എന്ന് ഞാൻ
തടസ്സം പറഞ്ഞത് ശരിയായില്ല എന്ന് എനിക്കു പാട്ട് കേട്ടതും
ബോദ്ധ്യമായി. സംഗീതവിരുന്നിന് കഴുത്തിൽ ഇത്ര വലിയൊ
രാഭരണം സമ്മാനമായി കിട്ടുകയും ചെയ്തല്ലോ" എന്ന് പു
ഞ്ചിരിയോടെ പറഞ്ഞ് കുറുക്കൻ തന്റെ വഴിക്ക് പോയി.

പാമ്പിനെ ചങ്ങാതിയാക്കിയ
തവള രാജാവ്

ഒരു കൂട്ടം തവളകൾ വലിയ ഒരു കിണറ്റിൽ താവളമടി
ച്ചിരുന്നു. പ്രായം ചെന്ന ഒരു വലിയ തവള അവരുടെ രാജാവെ
ന്ന ഭാവത്തിൽ കഴിഞ്ഞു. മറ്റു തവളകൾക്കാർക്കും തന്നെ ഈ
വയസ്സൻ തവളയുടെ രാജാവ് ഞെളിയൽ ഇഷ്ടമല്ലായിരുന്നു.
അവരെല്ലാം കൂടി തവള രാജാവിനെ പലതരത്തിൽ ദ്രോഹിച്ചു.
ഉപദ്രവം തീരെ സഹിക്കവയ്യാതെ വന്നപ്പോൾ തവള രാജാവ്
കിണറ്റിൽ തൂങ്ങിക്കിടന്നിരുന്ന ബക്കറ്റിന്റെ അകത്ത് ചാടിക്കയ
റിയിരുന്നു. വീട്ടമ്മ വെള്ളമെടുക്കുമ്പോൾ മുകളിലേക്കെത്തിയ
അവൻ ഒറ്റച്ചാട്ടം. അങ്ങനെ തത്ക്കാലം ബന്ധുക്കളുടെ ദ്രോഹ
ത്തിൽ നിന്ന് രക്ഷപ്പെട്ടു. തവളരാജാവിന്റെ മനസ്സിൽ അവരോ
ടെല്ലാം പകരം വീട്ടണം എന്ന കടുത്ത വാശിയായിരുന്നു.

എങ്ങിനെ പകരം വീട്ടും എന്നെല്ലാം ആലോചിച്ച് ആ
തവള ചുറ്റും നോക്കുമ്പോഴാണ് പറമ്പിലെ ഒരു മൂലയിലെ ന
ല്ലൊരു മാളത്തിലേക്ക് വലിയൊരു പാമ്പ് പതുക്കെ കയറിപ്പോ
കുന്നത് കണ്ടത്. പാമ്പുമായി ചങ്ങാത്തം കൂടാമെന്ന് തവള മന
സ്സിലുറപ്പിച്ചു. ചങ്ങാതിയായിക്കഴിഞ്ഞാൽ പതുക്കെ ഈ പാ
മ്പിനെ കിണറ്റിലിറക്കി തന്നെ ദ്രോഹിച്ചവരെയെല്ലാം നശിപ്പി
ക്കാം. ശത്രുക്കളായ ബന്ധുക്കളെ നേരിടാൻ നല്ലൊരു ശത്രു ത

ന്നേ വേണം. എന്തായാലും തന്റെ മനസ്സാഗ്രഹിക്കുന്ന കാര്യം ഈ വഴി നിറവേറ്റാനാവും. ഇങ്ങിനെ ചിന്തിച്ചുറപ്പിച്ച് തവള പതുക്കെ ചാടി പാമ്പിന്റെ മാളത്തിനു മുമ്പിലെത്തി.

മാളത്തിനകത്ത് അനക്കമൊന്നും കേട്ടില്ല. ഏതായാലും പാമ്പ് മാളത്തില്‍ കയറുന്നത് കണ്ടതുമാണ്. തവള ഉറക്കെ വിളിച്ചു പറഞ്ഞു " ചങ്ങാതീ, പാമ്പുചങ്ങാതീ വേഗം പുറത്തു വന്നാലും,

തീരെ പരിചയമില്ലാത്ത ആ ശബ്ദം കേട്ട പാമ്പ് "ആരാണ് മാളത്തിനടുത്ത് വന്നിരിക്കുന്നത്?" എന്നു വിളിച്ചു ചോദിച്ചു. "ഞാനാണ് തവള മഹാരാജാവ്, എനിക്ക് അങ്ങുമായി നല്ലൊരു സുഹൃദ്ബന്ധം ഉണ്ടാക്കണം. വേഗം വരൂ" – തവള സ്നേഹത്തോടെ പറഞ്ഞു.

"തവളകളെ കണ്ടാല്‍ വായിലൊതുക്കുന്നവരാണ് പാമ്പുകള്‍ എല്ലാം. ഞങ്ങളുടെ അനക്കം ഒന്നു കേട്ടാല്‍ തന്നെ തവളകള്‍ കൂട്ടത്തോടെ ഓടിപ്പോയി ഒളിക്കും. ഇവിടെ ഇതാ ഒരു തവള, അതും തവള മഹാരാജാവ് തന്നെ, എന്റെ മാളത്തിനു മുമ്പില്‍, ഇതെന്തൊരത്ഭുതം" എന്നെല്ലാം ചിന്തിച്ചു നിന്ന പാമ്പിനെ പുറത്തേക്ക് വരുത്താന്‍ ആഗ്രഹിച്ച് തവള വീണ്ടും പറഞ്ഞു. "അത്ഭുതമൊന്നും വേണ്ട, എന്നെ ചില ശത്രുക്കള്‍ വല്ലാതെ ദ്രോഹിക്കുകയാണ്. അപ്പോള്‍ ഒരു രക്ഷയ്ക്ക് തവളവര്‍ഗത്തിന്റെ ശത്രുവായ പാമ്പുവര്‍ഗ്ഗത്തെ തന്നെ ഞാന്‍ ആശ്രയിക്കാന്‍ തീരുമാനിച്ചു. വേഗം വരൂ"

ഇത്രയും കേട്ടപ്പോള്‍ പാമ്പ് പതുക്കെ മാളത്തില്‍ നിന്ന് പുറത്ത് വന്നു. "നിന്റെ ശത്രു എവിടെയാണ്, ആരാണ്? എന്ന് ചോദിച്ചു. "തവളവര്‍ഗം തന്നെയാണ് ശത്രുക്കള്‍. എല്ലാവരും കൂടി എന്നെ നന്നേ അപമാനിച്ചു. അവരെല്ലാം പടുത്തുകെട്ടിയ ആകിണറ്റില്‍ സുഖമായി കഴിയുന്നു. എന്നെ ദ്രോഹിച്ച് ദ്രോഹിച്ച് പൊറുതിമുട്ടി ഞാന്‍ പുറത്തേക്ക് ചാടിയതാണ്".

കിണറ്റിലാണ് ഇറങ്ങേണ്ടതെന്ന് കേട്ടപ്പോള്‍ പാമ്പ് നന്നേ പരിഭ്രമിച്ച് "കിണറ്റിലിറങ്ങാന്‍ എനിക്ക് എങ്ങനെ കഴി

യും, കഴിയില്ല എന്നു മാത്രമല്ല ഇറങ്ങിയാൽ ഒന്നിരിക്കാൻ അ
തിലൊരിടവുമില്ല". എന്ന് പറഞ്ഞ് ഒഴിഞ്ഞുമാറി.

തവളമഹാരാജാവ് പാമ്പിനെ പ്രോത്സാഹിപ്പിച്ച് കൊ
ണ്ട് താൻ തന്നെ പാമ്പിനെ കിണറ്റിലിറക്കാമെന്നും കിണറ്റിനു
ള്ളിലെ കല്ലുകൾക്കിടയിലുള്ള നല്ലൊരു മാളത്തിലിരുന്ന് ശത്രു
ക്കളെ സുഖമായി പിടിച്ചു തിന്നാമെന്നുമെല്ലാം വാക്കുകൊടു
ത്തു.

പാമ്പും തന്റെ സ്ഥിതിയെക്കുറിച്ച് ആലോചിച്ചു ശത്രു
തന്നെ കൂട്ടിക്കൊണ്ടു പോവുന്നു, വയസ്സുകാലത്ത് അധികമൊ
ന്നും അധ്വാനിക്കാതെ സുഖമായി തിന്ന് കഴിയാം എന്ന് മന
സ്സിൽ കരുതി തവളമഹാരാജാവിന്റെ ആവശ്യം അംഗീകരിച്ചു.

അങ്ങിനെ തവള പാമ്പിനേയും കൂട്ടി കിണറ്റിൻ കരയി
ലെത്തി. തൂങ്ങിക്കിടന്ന കയറിലൂടെ കിണറ്റിലേക്കിറങ്ങി. തവള
കാണിച്ചുകൊടുത്ത മാളത്തിനുള്ളിൽ പാമ്പ് ചുരുണ്ട് കൂടി. ശ

ത്രുക്കളെ ഓരോന്നായി കാണിച്ചു തരാമെന്നും അവരെ മാത്ര
മേ തിന്നാവൂ എന്നും തവള മഹാരാജാവ് പാമ്പിനെ ഉപദേശി
ച്ചു.

പാമ്പ് കഴിയുന്നതും വേഗം ആ കിണറ്റിലെ തവളകളു
ടെ കഥ കഴിച്ചു. ഒന്നു രണ്ടു ദിവസം ഒന്നും തിന്നാൻ കിട്ടാതെ
വന്നപ്പോൾ തവള മഹാരാജാവിനോട് പാമ്പ് ഇരയ്ക്കാവശ്യ
പ്പെട്ടു. "കയറിലൂടെ കയറി വേഗം പുറത്തു പോകണം" എന്ന്
തവള നിർബന്ധിച്ചപ്പോൾ പാമ്പും വിട്ടുകൊടുത്തില്ല. "അങ്ങ
യുടെ ശത്രുക്കളെ മാത്രമല്ലേ തിന്നാൻ പറഞ്ഞുള്ളൂ, അങ്ങയു
ടെ പ്രിയപ്പെട്ടവരും ഉണ്ടല്ലോ, അവരെ തന്നാൽ മതി" എന്ന് പാ
മ്പ് ധൈര്യത്തോടെ ആവശ്യപ്പെട്ടു.

ഇതോടെ തവള വല്ലാത്ത വിഷമത്തിലായി. ശത്രുവിനെ
കൂടെക്കൊണ്ടു വന്നത് വലിയ അപകടമായി. ഇവനിവിടെ ഇരു
ന്നാൽ ദിവസങ്ങൾക്കകം പ്രിയപ്പെട്ടവരെല്ലാം ഇവന്റെ ഇരയാ
വും. ഒന്നിച്ച് എല്ലാവരേയും നഷ്ടപ്പെടുന്നതിനേക്കാൾ നല്ലത്,
ഓരോരോ ബന്ധുവിനെ ഇവനു കൊടുത്ത് രക്ഷപ്പെടുകയാണ്
എന്നെല്ലാം ചിന്തിച്ച് ഉറ്റ ബന്ധമുള്ള ഓരോരുത്തരെയായി ദിവ
സവും നൽകാൻ തുടങ്ങി. പാമ്പാകട്ടെ തവളരാജാവ് തരുന്ന
തിനെക്കൂടാതെ മോഷ്ടിച്ചും തവളകളെ തിന്നുപോന്നു. അങ്ങി
നെ തവളരാജാവിന്റെ മകനും പാമ്പിന്റെ വയറ്റിലെത്തി. ഇതോ
ടെ രാജ്ഞിയായ തവള രക്ഷപ്പെടാനുള്ള മാർഗം ഉടൻ കണ്ടു
പിടിക്കാൻ തവളമഹാരാജാവിനെ നിർബന്ധിച്ചു. എന്ത് ചെയ്യ
ണമെന്നറിയാതെ തവളരാജാവ് വല്ലാത്ത ചിന്തയിലാണ്ടു. രണ്ടു
മൂന്നു ദിവസങ്ങൾ അങ്ങിനെ കഴിഞ്ഞു. അപ്പോൾ കിണറ്റിൽ
ബാക്കിയായിട്ടുണ്ടായിരുന്നത് തവള മഹാരാജാവ് മാത്രം!

പാമ്പ് തവളരാജാവിനെ കണ്ടുപിടിച്ച് "വിശന്നിട്ടു വയ്യ
വേഗം ഭക്ഷണം തരൂ, എന്നെ ക്ഷണിച്ച് കൊണ്ട് വന്ന് ഇവിടെ
താമസിപ്പിച്ച് പട്ടിണിക്കിടരുത്" എന്ന് അഭ്യർഥിച്ചു.

തവള മഹാരാജാവ് കൂടുതലൊന്നും ചിന്തിക്കാതെ പറ
ഞ്ഞു, "ചങ്ങാതീ, തീർച്ചയായും ഞാൻ ഭക്ഷണം തരും. ഞാനി

വിടെ നിന്ന് പുറത്തുപോയി അടുത്ത കിണറ്റിലെ തവളകളെ ഇവിടെ കൊണ്ടു വരാം. ഇതാ ഞാൻ യാത്രയാവുന്നു"

"വളരെ സന്തോഷമുണ്ട്, ഇത്ര വിശന്നിട്ടും ഞാൻ ചങ്ങാതിയായ നിന്നെ തിന്നാഞ്ഞത് സ്നേഹം കൊണ്ടാണ് എന്നോർക്കണം". എന്നുകൂടി പാമ്പ് പറഞ്ഞു.

തവള മഹാരാജാവ് കിണറ്റിൽ നിന്ന് പുറത്തെത്തി. ദിവസങ്ങൾ കഴിഞ്ഞു. പാമ്പ് കാത്തിരുന്നു മടുത്തു. കിണറ്റിനകത്തെ മറ്റൊരു പൊത്തിൽ വല്ലപ്പോഴും വന്നിരിക്കാറുള്ള ഉടുമ്പിനെ കണ്ടെത്തിയ പാമ്പ് "വേഗം പോയി എന്റെ സുഹൃത്തിനെ കൂട്ടിക്കൊണ്ടു വരൂ, ഞാൻ പറഞ്ഞു എന്നു കേട്ടാൽ അവൻ ഉടനെ കൂടെ വരും" എന്ന് സ്നേഹത്തോടെ നിർബന്ധിച്ച് പറഞ്ഞയച്ചു.

തവളമഹാരാജാവിനെ തേടിപ്പിടിച്ച ഉടുമ്പ് കാര്യങ്ങൾ പറഞ്ഞു- "ചങ്ങാതീ, വിശന്നു പൊരിയുന്നവൻ എന്തും ചെയ്യാൻ മടിക്കില്ല. ഏതായാലും ആ പാമ്പിനോട് എനിക്ക് വേണ്ടി ഇങ്ങിനെ പറയണം- തവള മഹാരാജാവ് ആ കിണറ്റിലേക്ക് ഇനി വരുന്നേയില്ല."

ഉടൻ ആ തവളമഹാരാജാവ് എവിടേക്കോ ചാടിപ്പോയി.

കാക്കയും എലിയും
സുഹൃത്തുക്കളായ കഥ

തെക്കേ ഇന്ത്യയിലെ വലിയ ഒരു പട്ടണം. അതിന് സമീ
പം സാമാന്യം വലിയ ഒരു ഒരാൽമരം തഴച്ച് വളർന്ന് പന്തലിച്ച്
നില്പുണ്ടായിരുന്നു. മനുഷ്യർക്ക് നല്ലൊരു തണലോരമായി നി
ന്ന ആ ആലിന്റെ ശാഖകളിൽ പലയിടങ്ങളിലുമായി പല പ
ക്ഷികളും കൂടുവെച്ച് പാർത്തിരുന്നു. സമീപത്തെ കുറ്റിക്കാടു
കളിൽ നിന്നിറങ്ങി വരുന്ന മൃഗങ്ങൾക്ക് ആൽമരത്തണൽ രാ
ത്രികാലങ്ങളിൽ വിശ്രമകേന്ദ്രവുമായിരുന്നു.

ആൽമരക്കൊമ്പിൽ കൂടുകൂട്ടി പാർത്തിരുന്ന ഒരു കാ
ക്ക രാവിലെ ഇര തേടിയിറങ്ങി. കുറച്ച് പറന്ന് പോയപ്പോൾ ആ
കാക്ക ഭീകരനായ ഒരു കാട്ടാളൻ വലിയ ഒരു വലയും തോളി
ലേറ്റി വരുന്നത് കണ്ടു. കാട്ടാളന്റെ ചുവന്ന കണ്ണുകളും ചെമ്പി
ച്ച താടിയും കൊമ്പൻ മീശയും ചുമലോളം തൂങ്ങിക്കിടന്ന മുടി
യും കാരിരുമ്പു പോലുള്ള ശരീരവും കണ്ട് കാക്കയ്ക്ക് ഭയമാ
യി. ആ കാക്ക ഒന്ന് വട്ടമിട്ട് പറന്ന് കാട്ടാളൻ എവിടേക്കാണ്
പോകുന്നത് എന്ന് നോക്കി. ആലിനെ ലക്ഷ്യമാക്കിയുള്ള കാ
ട്ടാളന്റെ നടത്തം കണ്ടപ്പോൾ ദുഷ്ടനായ ഇവൻ എന്റെ കൂടെ
താമസിക്കുന്ന പക്ഷികളെയെല്ലാം ചതിച്ച് വലയിൽ വീഴ്ത്തും
എന്ന് കാക്ക ഉറപ്പിച്ചു.

കാക്ക വേഗം തന്നെ തിരിച്ച് പറന്ന് ആൽമരത്തിലെ ത്തി എല്ലാ പക്ഷികളേയും വിളിച്ച് ചേർത്ത് " അതിദുഷ്ടനായ ഒരു കാട്ടാളൻ നമ്മെ പിടിക്കാൻ വരുന്നുണ്ട്. അവൻ നമ്മളെ കൂട്ടത്തോടെ ഇല്ലാതാക്കും, അരിമണികൾ വിതറി മീതെ വല വീശി എല്ലാവരേയും കെണിയിലാക്കും അത് കൊണ്ട് നമ്മളി ലാരും ആ അരിമണി കൊത്താൻ പോവരുത്" എന്ന് പറഞ്ഞു. പക്ഷികൾ എല്ലാം ഇത് സമ്മതിച്ചു.

ഏറെത്താമസിയാതെ കാട്ടാളൻ ആൽമരച്ചുവട്ടിലെത്തി അരിമണികൾ നാലുപാടുമെറിഞ്ഞ് പതുക്കെ വലവീശി കുറച്ച് ദൂരെമാറി മറഞ്ഞു നിന്നു. ആൽമരത്തിലെ പക്ഷികൾ കൂടുക ളിൽ നിന്ന് അനങ്ങിയില്ല.

തെല്ലുനേരം കഴിഞ്ഞപ്പോൾ നൂറുകണക്കിന് പ്രാവുകൾ അവരുടെ രാജാവായ പ്രാവിന്റെ കൂടെ അവിടെയെത്തി. കാക്ക പ്രാവുരാജാവിനോടും കൂട്ടുകാരോടും അപകടത്തിൽ ചാടരു തേ എന്ന് പറഞ്ഞു. പ്രാവുകൾ ഇത് കണക്കാക്കാതെ ഒന്നിച്ച് വലക്കടിയിലെ അരിമണി കൊത്താനായി നിലത്തിറങ്ങി. നിമി ഷനേരം കൊണ്ട് എല്ലാവരും വലയിൽ കുടുങ്ങി.

നല്ലൊരു കൂട്ടം പ്രാവുകളെ ഇരയായി കിട്ടിയ സന്തോ ഷത്തിൽ കാട്ടാളൻ വലക്കരികിലേക്ക് നടന്നു വരുന്നുണ്ടായി രുന്നു. പ്രാവുകളെല്ലാം പേടിച്ച് കരഞ്ഞു. രാജാവായ പ്രാവ് എ ല്ലാവരോടും ധൈര്യമായിരിക്കാനും അപകടത്തിൽ പെട്ട് ബു ദ്ധി തളരാതിരിക്കണമെന്നും ഉപദേശിച്ചു. പ്രാവ് രാജാവ് ഉടൻ ഒരു സൂത്രം അവരോട് പറഞ്ഞു. "നമ്മളെല്ലാം കാട്ടാളൻ വരു ന്നതിന് മുമ്പ് ഇതാ വലയോടെ പറന്ന് പൊങ്ങുന്നു. ദൂരെയെ വിടെയെങ്കിലും താഴ്ന്നിറങ്ങി പതുക്കെ പതുക്കെ വലയിൽ കു ടുങ്ങിയ കാലുകൾ എടുത്ത് ഈ അപകടത്തിൽ നിന്ന് രക്ഷ പ്പെടാം"

എല്ലാ പ്രാവുകളും ആകാശത്തേക്ക് പറന്നുയരുന്ന കാ ഴ്ച കണ്ട് നിരാശനായ കാട്ടാളൻ പ്രാവുകൾ പോവുന്ന വഴിയി ലൂടെ ഓടി. ഒടുവിൽ പ്രാവുകളും പോയി വലയും പോയി എ

ന്ന ദുഃഖത്തോടെ അവൻ തളർന്നിരുന്നു. കാക്ക വേടനെ വിട്ട് പ്രാവുകളുടെ പുറകെ പറന്നു തുടങ്ങി.

കാട്ടാളൻ ഓട്ടം നിർത്തിയിരിക്കുന്നു, പ്രാവുകളുടെ പുറകെ വരുന്നില്ല എന്നുറപ്പായതോടെ പ്രാവുകളുടെ രാജാവ് ഒരു പരന്ന സ്ഥലം കാട്ടിക്കൊടുത്ത് "നമുക്കിവിടെ ഇറങ്ങാം, ഇതിനടുത്ത് എന്റെ ചങ്ങാതിയായ ഒരു എലിയുണ്ട്, അവനെക്കൊണ്ട് വലക്കണ്ണികൾ മുറിപ്പിക്കാം" എന്ന് പറഞ്ഞു. എല്ലാവരും ആ എലിയുടെ മാളത്തിന് സമീപം പറന്നിറങ്ങി. പ്രാവ് രാജാവ് എലിയെ വിളിച്ച് പറ്റിയ അപകടം അറിയിച്ചപ്പോഴേക്ക് എലി പുറത്ത് വന്നു. ഭക്ഷണത്തോട് ആർത്തി കാണിച്ച് കാക്ക പറഞ്ഞത് കേൾക്കാതെനേരിട്ട വിപത്ത് പ്രാവുകളുടെ രാജാവ് ചുരുക്കി പറഞ്ഞു. രാജാവിനെ ആദ്യം കെണിയിൽ നിന്ന് രക്ഷപ്പെടുത്താൻ എലി ശ്രമിച്ചപ്പോൾ തന്റെ കൂടെയുള്ളവർ രക്ഷപ്പെട്ടിട്ട് മതിയെന്നായിരുന്നു പ്രാവ്‌രാജാവ് പറഞ്ഞത്. എലി വലയുടെ കണ്ണികളെല്ലാം കടിച്ച് മുറിച്ച് പ്രാവുകളെ സ്വതന്ത്രരാക്കി. " വല്ല ആപത്തുകളും വരികയാണെങ്കിൽ വരാൻ മടിക്കരുത്" എന്ന് കൂടി പറഞ്ഞ് എലി തന്റെ മാളത്തിലേക്ക് പോയി.

ഇതെല്ലാം കണ്ട് പാറി നടന്നിരുന്ന കാക്ക " ഈ എലിയെ ഞാനും സഹായിക്കും, നല്ല സുഹൃത്തുക്കളെ ഉണ്ടാക്കിയെടുക്കലാണ് ബുദ്ധിയുള്ളവർ ചെയ്യേണ്ടത്. "ചങ്ങാതീ, ഒന്നു പുറത്തു വരൂ, പുറത്തു വരൂ" എന്ന് പറഞ്ഞ് എലിയെ വിളിച്ചു, എലി "ആരാണെന്ന് പറയണം" എന്ന് പറഞ്ഞപ്പോൾ കാക്കയാണ് വിളിക്കുന്നതെന്ന് ആ കാക്ക മറുപടി പറഞ്ഞു. "വേഗം സ്ഥലം വിട്ടോ ഒരു നിമിഷം പോലും ഇവിടെ നിൽക്കേണ്ട" എന്നായിരുന്നു എലിയുടെ പ്രതികരണം.

കാക്കയ്ക്ക് വല്ലാത്ത വിഷമമായി. " ഒന്നു കാണാനെങ്കിലും പുറത്ത് വരൂ, ആ പ്രാവ് രാജാവിനെപ്പോലെ എന്നെയും കണക്കാക്കൂ, ഞാനും അങ്ങുമായി നല്ല ബന്ധം കൊതിക്കുന്നു" എന്ന് കാക്ക വിഷമത്തോടെ പറഞ്ഞിട്ടും എലി മുഖം കാണിക്കാൻ തയ്യാറായില്ല. മാത്രമല്ല "നാം ജന്മ ശത്രുക്കളാണ്, ഒ

രിക്കലും സ്നേഹമുണ്ടാവില്ല, സ്നേഹ ബന്ധം ഉണ്ടാവുക സ
മന്മാർ തമ്മിൽ മാത്രമാണ്" എന്ന് എലി എതിർപ്പ് പ്രകടിപ്പിച്ചു.

കാക്കയ്ക്ക് ഇതൊന്നും തീരെ സഹിക്കാനായില്ല. "നീ
ഞാനുമായി അടുക്കുന്നില്ല എങ്കിൽ ഞാനിവിടെത്തന്നെ ജീ
വൻ വെടിയും, നമ്മൾ തമ്മിൽ ഒരു ശത്രുതയുമില്ല. ഒരിക്കൽ
പോലും കാണാത്തവർ തമ്മിൽ എന്തു ശത്രുത?" എന്നിങ്ങനെ
കാക്ക വീണ്ടും പറഞ്ഞുകൊണ്ടിരുന്നു. എലി തന്റെ കാഴ്ചപ്പാ
ട് ഇങ്ങിനെ വിശദമാക്കി. "ശത്രുത്വത്തിന് ചിലപ്പോൾ എന്തെ
ങ്കിലും കാരണമുണ്ടാവാം ചിലപ്പോൾ ജന്മനാ ഉള്ളതുമാവാം.
ജന്മനായുള്ള ശത്രുത്വം വലിയ അപകടമാണ്. ആരെങ്കിലും ഒ
രാളുടെ ജീവൻ നശിക്കും വരെ അതുണ്ടാവും. പ്രത്യേക കാര
ണങ്ങൾ കൊണ്ടുണ്ടാവുന്ന ശത്രുത ഇല്ലാതാക്കാൻ സാധിക്കും."

കാക്ക സമ്മതിക്കാൻ തയ്യാറായില്ല. "നല്ല സ്നേഹബ
ന്ധം സ്ഥാപിക്കുകയാണ് ബുദ്ധിമാൻമാർ ചെയ്യേണ്ടത്. നല്ലവ
രുമായി കൂട്ടു കൂടണം. ആ സ്നേഹബന്ധം പൊന്നിൻകുടം
പോലെ തിളങ്ങും. നല്ലവനായ ഞാനുമായി അടുപ്പത്തിലാവൂ"
എന്നെല്ലാം കാക്ക പറഞ്ഞിട്ടും എലി അടുക്കാൻ തയ്യാറായില്ല.
എന്തായാലും പരാജയപ്പെടാൻ തയ്യാറല്ലെന്നുറപ്പിച്ച് കാക്ക എ
ലിയോടു പറഞ്ഞു. "ചങ്ങാതീ, പണ്ഡിതന്മാരുടെ അഭിപ്രായ
മനുസരിച്ച് രണ്ടു പേർ ഒന്നിച്ച് ഏഴടിവെക്കുകയോ, ഏഴു വാ
ക്കുകൾ സംസാരിക്കുകയോ ചെയ്താൽ സഖ്യമായി. നമ്മൾ
തമ്മിൽ അങ്ങിനെ സുഹൃത്തുക്കളായി കഴിഞ്ഞു. ഏതായാലും
ചങ്ങാതീ, ഗുഹയിൽത്തന്നെ ഇരിക്കൂ ഞാനിവിടേയും, നമുക്ക്
നല്ല നല്ല കഥകൾ പറഞ്ഞ് സന്തോഷിക്കാം".

ഇത്രയുമായപ്പോൾ എലിക്ക് കാക്കയുമായി സ്നേഹം
സ്ഥാപിക്കാം എന്ന തോന്നലുണ്ടായി, എലി ഇക്കാര്യം കാക്ക
യെ അറിയിച്ചു. അങ്ങിനെ എലിയും കാക്കയും ഉറ്റ ചങ്ങാതിമാ
രായി. എലി മാളത്തിൽ നിന്ന് വന്നില്ലെങ്കിലും കാക്ക ഇരതേടി
പ്പിടിച്ച് എലിക്ക് കൊടുത്തുപോന്നു. കുറച്ചുകൂടി കഴിഞ്ഞപ്പോൾ
എലി പുറത്തു വരാനും കാക്കയുമായി സംസാരിക്കാനും തുട

ങ്ങി.

അങ്ങിനെയിരിക്കെ ഒരു ദിവസം കാക്ക വല്ലാതെ കര ഞ്ഞുകൊണ്ട് "നമ്മുടെ ഗ്രാമത്തിൽ മഴ തീരെ കിട്ടാതെ വല്ലാ ത്ത ക്ഷാമം പടർന്നുപിടിച്ചിരിക്കുന്നു. ജനങ്ങൾ വിശന്നു പൊ രിഞ്ഞ് പക്ഷികളെപ്പിടിച്ച് തിന്നാൻ തുടങ്ങിയിട്ടുണ്ട്. ഇവിടെ നിൽക്കുന്ന ഓരോ ദിവസവും അപകടകരമാണ്. എത്രയും പെ ട്ടെന്ന് നാടുവിടാതെ നിവൃത്തിയില്ല". എന്ന് പറഞ്ഞപ്പോൾ "എ വിടേക്കു പോവാനാണുദ്ദേശിക്കുന്നത്" എന്ന് എലി ചോദിച്ചു.

കാക്ക പറഞ്ഞു " അങ്ങ് തെക്കൻ ദിക്കിൽ ഒരു വലിയ കാടുണ്ട്. ആ കൊടുങ്കാട്ടിന്റെ നടുവിലുള്ള ഒരു വലിയ തടാക ത്തിലാണ് എന്റെ നല്ല ഒരു കൂട്ടുകാരനായ ആമ പാർക്കുന്നത്. ആമയുടെ അടുത്ത് എത്തിയാൽ പിന്നെ അവൻ എനിക്ക് മ ത്സ്യങ്ങളെയെല്ലാം തന്ന് ജീവൻ രക്ഷിക്കും. നല്ല അറിവുണ്ടെ ങ്കിൽ നമുക്ക് എവിടേയും ആദരവ് കിട്ടുമല്ലോ".

കാക്കയെ പിരിഞ്ഞിരിക്കാൻ വയ്യ എന്നും താനും കൂടെ വരുന്നു എന്നും എലി പറഞ്ഞു. പുറത്തു കയറിയിരുന്ന എലി യേയും കൊണ്ട് കാക്ക കൊടുങ്കാട്ടിലെ കുളത്തിലിറങ്ങി. ആമ യെ സ്നേഹപൂർവം വിളിച്ചു. വിളികേട്ടതും ആമ പുറത്തു വ ന്നു. രണ്ടുപേരും കുറേയേറെ കാര്യങ്ങൾ പരസ്പരം സംസാ രിച്ചു.

എലി ആമയെ താണു തൊഴുതു നിന്നു. ഇരയായ എ ലിയെ പുറത്തിരുത്തി വന്നതെന്തിന് എന്ന് ആമ ചോദിച്ചതിന് കാക്കയുടെ മറുപടി ഇതായിരുന്നു. " ഈ എലി എന്റെ സുഹൃ ത്താണ്. എനിക്ക് ഇവനും ഇവന് ഞാനും പ്രാണനാണ്. നല്ല ഗുണങ്ങളെല്ലാം തികഞ്ഞ ഈ എലിക്ക് എന്തോ ഒരു അപകടം പറ്റിയിട്ടുണ്ട്. അതെല്ലാം ഇവൻ പിന്നെ വിസ്തരിച്ചു പറയും. നമുക്ക് തൽക്കാലം ഇവനെ രക്ഷിച്ചുകൊണ്ട് ഇവിടെ ഉത്തമ മി ത്രങ്ങളായി കഴിയാം.

പാൽ കുടിക്കുന്ന പാമ്പും ബ്രാഹ്മണ കുമാരനും

കൃഷി ചെയ്ത് ജീവിച്ചു പോന്ന ഒരു ബ്രാഹ്മണനുണ്ടാ യിരുന്നു. എന്നാൽ അദ്ദേഹത്തിന് കൃഷി എപ്പോഴും വലിയ പ രാജയമായിത്തീർന്നു. ചിലപ്പോൾ കൊടും വരൾച്ച, ചിലപ്പോൾ കനത്ത വെള്ളപ്പൊക്കം, അല്ലെങ്കിൽ കൃഷിക്ക് മറ്റു ശല്യങ്ങൾ ഇങ്ങനെ വർഷവം മുഴുവൻ ആ ബ്രാഹ്മണ കർഷകൻ വിഷമ ത്തിലായി.

ഒരു ദിവസം രാവിലെത്തന്നെ കൃഷിയിടങ്ങളെല്ലാം നോ ക്കി, കൃഷികാര്യങ്ങൾ ചെയ്ത് ക്ഷീണിച്ച ആ ബ്രാഹ്മണൻ വെ യിലേറ്റ് തളർന്ന് ഒരു മരത്തണലിൽ കിടന്നു. അല്പം കഴിഞ്ഞ തും അയാൾ നന്നായി ഒന്നുറങ്ങി. ഉറക്കമുണർന്നു നോക്കിയ പ്പോൾ തന്റെ അടുത്തുള്ള കൃഷിയിടത്തിലെ ഒരു മൺപുറ്റിനു മുകളിൽ വലിയൊരു പാമ്പ് പത്തിവിടർത്തി നിന്ന് ആടുന്നത് കണ്ട് ബ്രാഹ്മണൻ അത്ഭുതപ്പെട്ടു. "ഇതുവരെ ഇങ്ങനെയൊരു പാമ്പിനെ കണ്ടിട്ടില്ല; ഒരു പക്ഷേ എന്റെ പാടത്തിന്റെ ദേവൻ ഈ പാമ്പാകാം. സർപ്പപൂജ ചെയ്യാത്തതു കൊണ്ടാവാം എന്റെ കൃഷിയിൽ ഒരു നേട്ടവും ഉണ്ടാവാത്തത്. ഏതായാലും നേരിൽ കണ്ട ഈ പാമ്പിനെ പൂജിക്കണം." എന്നെല്ലാമാലോചിച്ച് ബ്രാ ഹ്മണൻ ഒരു പാത്രത്തിൽ പാലും എടുത്ത് വന്നു. മൺപുറ്റിന്

സമീപം ആ പാൽ വെച്ച് ചെറിയൊരു പ്രാർഥന നടത്തി അദ്ദേ
ഹം വീട്ടിലേക്ക് തിരിച്ചുപോയി.

പിറ്റേദിവസം രാവിലെത്തന്നെ കൃഷിപ്പാടത്ത് എത്തിയ
ബ്രാഹ്മണൻ പുറ്റിന്റെ അടുത്ത് ചെന്ന് പാൽപ്പാത്രം നോക്കി.
പാലൊന്നും ബാക്കിയില്ലായിരുന്നു. ബ്രാഹ്മണന്റെ കണ്ണുകളേ
യും മനസ്സിനേയും സന്തോഷിപ്പിച്ചുകൊണ്ട് അതാ ആ പാത്ര
ത്തിനുള്ളിൽ ഒരു പവന്റെ സ്വർണനാണയം. നാലുപാടും നോ
ക്കി ആരുമില്ലെന്നുറപ്പിച്ച് ബ്രാഹ്മണൻ ആ നാണയമെടുത്തു.
പിറ്റേ ദിവസവും ഇതുപോലെ ഒരു പവന്റെ സ്വർണനാണയം
കിട്ടി. ഏതായാലും ദിവസേന പാൽ കൊടുത്ത് സർപ്പത്തെ പൂ
ജിക്കാൻ തന്നെ അയാൾ തീരുമാനിച്ചു.

ദിവസങ്ങൾ അങ്ങിനെ കഴിഞ്ഞു. എന്നും ബ്രാഹ്മണന്
പാൽപ്പാത്രത്തിൽ നിന്ന് സ്വർണനാണയവും കിട്ടിപ്പോന്നു. പെ
ട്ടെന്നൊരു ദിവസം ബ്രാഹ്മണന് അടുത്ത ഗ്രാമത്തിൽ പോവേ
ണ്ട സാഹചര്യം വന്നു. അദ്ദേഹം മകനോട് പാൽപ്പാത്രവുമാ
യി മൺപുറ്റിനടുത്ത് പോയി പ്രാർഥിച്ച് പാൽ അവിടെ വെച്ച്
പോരണം എന്ന് ഏല്പിച്ച് യാത്ര പോയി.

പാലുമായി ചെന്ന് അച്ഛൻ പറഞ്ഞപോലെ ചെയ്ത് മ
കൻ വീട്ടിലേക്ക് പോയി. പിറ്റേന്ന് രാവിലെ പാലുമായി പോയ
മകൻ ഒരു പവൻ സ്വർണനാണയം പാത്രത്തിൽ കണ്ടു. ഈ
മൺപുറ്റ് നിറയെ സ്വർണനാണയങ്ങൾ ആയിരിക്കും എന്നും
പാമ്പിനെ അടിച്ചു കൊന്ന് ആ സ്വർണനാണയങ്ങളെല്ലാം സ്വ
ന്തമാക്കണമെന്നും മകൻ തീരുമാനിച്ചു.

പാമ്പ് പാൽ കുടിക്കാൻ വരുന്നതും കാത്ത് വലിയൊരു
വടിയുമായി നിന്ന ബ്രാഹ്മണ കുമാരൻ പാമ്പ് വന്നതും വടി
കൊണ്ട് അതിന്റെ തലയ്ക്കൊരടി കൊടുത്തു. എന്നാൽ പാമ്പി
ന്റെ തലയ്ക്കടിയേറ്റില്ല. ആ പാമ്പ് കോപം കയറി പത്തി വിടർ
ത്തി ചീറ്റി ബ്രാഹ്മണകുമാരനെ ആഞ്ഞു കൊത്തി. നിമിഷങ്ങൾ
ക്കുള്ളിൽ ബ്രാഹ്മണ കുമാരൻ അവിടെ മരിച്ചു വീണു. വിഷം
കയറി മരിച്ച ആ ശവശരീരം അവിടെത്തന്നെ ബന്ധുക്കൾ സം

സ്കരിച്ചു.

കർഷക ബ്രാഹ്മണൻ യാത്ര കഴിഞ്ഞ് തിരിച്ചെത്തി. ബ ന്ധുക്കൾ എല്ലാ സംഭവങ്ങളും അദ്ദേഹത്തെ അറിയിച്ചു. ഏറെ ദുഃഖിതനായ അദ്ദേഹം പതുക്കപ്പറഞ്ഞു. "ശരണം തേടി വന്ന തിനോട് അത്യാഗ്രഹം കാരണം അരുതാത്തത് ചെയ്താൽ എ ല്ലാം നശിക്കും".

ആടോ? പട്ടിയോ? പശുവോ? കഴുതയോ?

നിരവധി യാഗങ്ങൾ ചെയ്തുകൊണ്ട് ഒരു ബ്രാഹ്മണ നും ഭാര്യയും പട്ടണത്തിൽ താമസിച്ചിരുന്നു. തൊട്ടടുത്ത ഗ്രാ മത്തിൽ എതോ യാഗം നടക്കുന്നുവെന്ന വാർത്ത കേട്ട് ബ്രാഹ്മ ണൻ അതിൽ പങ്കെടുക്കുവാൻ ആ ഗ്രാമത്തിലേക്ക് പോയി. യാഗമൊക്കെ കഴിഞ്ഞ് തിരിച്ചു പോരുമ്പോൾ അദ്ദേഹം "തന്റെ താമസ സ്ഥലത്ത് ആടിനെ ഹോമിച്ചു കൊണ്ട് ഒരു യാഗം നട ത്താനാഗ്രഹമുണ്ട്. അതിനായി ഒരാടിനെ കിട്ടിയാൽ നന്നായി രുന്നു" എന്ന് ഗ്രാമത്തിലെ യാഗം നടത്തിയ ബ്രാഹ്മണനോട് പറഞ്ഞു. "ഒരാഗ്രഹമല്ലേ, നടക്കട്ടെ" എന്ന് പറഞ്ഞ് നല്ലൊരു ആടിനെ ബ്രാഹ്മണന് അദ്ദേഹം ദാനം ചെയ്തു. ആടിനെ ചുമ ലിൽ എടുത്തിരുത്തി ബ്രാഹ്മണൻ തന്റെ പട്ടണത്തിലേക്ക് മട ങ്ങി.

കുറേ ദൂരം നടന്നപ്പോൾ മൂന്ന് തെമ്മാടികൾ വിശപ്പും ദാഹവും സഹിക്കാനാവാതെ തളർന്ന് ഒരു മരച്ചുവട്ടിൽ ഇരി ക്കുന്നത് അദ്ദേഹം കണ്ടു. ആടുമായി വരുന്ന ബ്രാഹ്മണനെ ക ണ്ടതോടെ തെമ്മാടികൾക്കും സന്തോഷമായി. "നല്ല ഒരാടാണ്, ഇതിനെ എങ്ങിനെയെങ്കിലും ബ്രാഹ്മണനിൽ നിന്ന് സ്വന്തമാ

ക്കി വിശപ്പടക്കാം" എന്ന് മൂന്നുപേരും കൂടി ആലോചിച്ചുറപ്പി
ച്ചു.

ആടുമായി വന്നുകൊണ്ടിരുന്ന ബ്രാഹ്മണന്റെ അടുത്തേ
യ്ക്ക് തെമ്മാടികളിൽ ഒരാൾ ഓടിച്ചെന്ന് "ഛെ! ഛെ! മഹാബ്രാ
ഹ്മണൻ പട്ടിയെ എടുത്ത് നടക്കുന്നോ? കഷ്ടം! കഷ്ടം! പട്ടി
യെ തൊട്ടാൽ കുളിക്കണം എന്നല്ലേ ബ്രാഹ്മണർ പറയാറുള്ള
ത്. ഇതാ അങ്ങ് പട്ടിയെയും തോളിലേറ്റി നടക്കുന്നു.". എന്ന് പ
റഞ്ഞു.

ബ്രാഹ്മണന് നന്നേ ദേഷ്യം പിടിച്ചു- "പട്ടിയോ? കണ്ണു
പൊട്ടാ, ഇത് ആടാണ്, ശരിക്കും നോക്ക്. ആടിനെക്കണ്ട് പട്ടി
യാണെന്ന് പറയാൻ നിനക്കെങ്ങിനെ കഴിഞ്ഞു?" എന്നദ്ദേഹം
ചോദിച്ചു. ആ തെമ്മാടി ഒന്ന് ചിരിച്ചു കൊണ്ട് "എനിക്കൊരു
നഷ്ടവും വരാനില്ല. ബ്രാഹ്മണൻ പട്ടിയെ ചുമലിലേറ്റി നടക്കു
ന്നത് ഞാനിതുവരെ കണ്ടിട്ടില്ല. അങ്ങിനെ ചെയ്തതായി കേട്ടി
ട്ടുമില്ല. അങ്ങ് ഇഷ്ടംപോലെ ചെയ്താലും" എന്ന് പറഞ്ഞ് പോ
യി.

നടന്നു പോയ്ക്കൊണ്ടിരിക്കുന്ന ബ്രാഹ്മണന്റെ മുൻപി
ലേക്ക് കുറച്ച് കഴിഞ്ഞപ്പോൾ രണ്ടാമത്തെ തെമ്മാടി ഓടിയെ
ത്തി. "ഹേ, ബ്രാഹ്മണ! ഇതെന്താ ചത്ത പശുക്കുട്ടിയെ ചുമലി
ലിട്ട് പോകുന്നത്? ചത്താൽ പിന്നെ പശുക്കുട്ടിയെ ബ്രാഹ്മണർ
തൊടില്ലല്ലോ" എന്നാണയാൾ ബ്രാഹ്മണനോട് പറഞ്ഞത്. ഈ
സംസാരവും ബ്രാഹ്മണനെ വല്ലാതെ കോപിപ്പിച്ചു. " നിനക്കെ
ന്താ കണ്ണില്ലേ! ഇത് ആടാണ്. ചത്ത പശുക്കുട്ടിയാണെന്ന് പറ
യാൻ എന്താ കാരണം?" എന്നദ്ദേഹം ചോദിച്ചു. "ചത്ത പശുവി
നേയും ചുമന്ന് അങ്ങ് നടക്കുമെന്നുറപ്പിച്ചാൽ ഞാനെന്തു ചെ
യ്യാൻ? എല്ലാം ഇഷ്ടംപോലെ" എന്ന് പറഞ്ഞ് ആ തെമ്മാടി
യും ദൂരെപ്പോയി.

ആടിനേയും ചുമലിലേറ്റിയുള്ള തന്റെ നടത്തം ബ്രാഹ്മ
ണൻ തുടർന്നു. കുറേ ദൂരം നടന്നപ്പോൾ മൂന്നാമത്തെ ചട്ടമ്പി
ബ്രാഹ്മണന്റെ അടുത്തെത്തി. "കഴുതക്കുട്ടിയെ തോളിലേറ്റിയാ

ണ് നടക്കുന്നത്, ബ്രാഹ്മണരാരും കാണാത്തത് ഭാഗ്യം തന്നെ. വേഗം താഴത്തുവെച്ച് പോവുകയാണ് നല്ലത്, അശുദ്ധി വന്നത് ആരും അറിയേണ്ട. അങ്ങയ്ക്ക് ചീത്തപ്പേരുണ്ടാകരുത് എന്നേ എനിക്ക് മോഹമുള്ളൂ" എന്ന് മൂന്നാമൻ പറഞ്ഞപ്പോൾ ബ്രാഹ്മണന് നല്ല സംശയമായി. ഇതൊരാടാണ് എന്ന് ഇതുവരെ മൂന്നു പേർക്കും തോന്നിയിട്ടില്ല. ഒരാൾക്ക് പട്ടി, മറ്റൊരാൾക്ക് പശുക്കുട്ടി, മൂന്നാമന് കഴുത. ഏതായാലും അബദ്ധം വന്നത് തനിക്കു തന്നെ. ഇതാടല്ല എന്നദ്ദേഹം ഉറപ്പിച്ചു. ചുമലിൽ നിന്ന് അതിനെ താഴെ വെച്ച് ആരും കണ്ടില്ല എന്ന് സമാധാനിച്ച് അദ്ദേഹം തന്റെ പട്ടണത്തിലേക്ക് വേഗം ഓടിപ്പോയി.

മൂന്നു തെമ്മാടികളും ആർത്തു ചിരിച്ച് ആടിനെ വകവരുത്തി, വിശപ്പടക്കി.

സംഘം ചേർന്നാൽ

വലിയൊരു മൺപുറ്റിൽ രാജാവെന്ന ഭാവത്തിൽ കഴി
ഞ്ഞ കൂറ്റൻ പാമ്പുണ്ടായിരുന്നു. പക്ഷികൾക്കും ജന്തുക്കൾക്കും
ചെറിയ ചെറിയ ജീവികൾക്കുമെല്ലാം ആ പാമ്പിനെ നല്ല പേടി
യായിരുന്നു. പല വഴികളിലൂടെയും വന്ന് ഇര പിടിക്കാൻ സമർ
ഥനായ ഈ പാമ്പ് ഒരിക്കൽ ചെറിയ ദ്വാരത്തിലൂടെ മാളത്തിൽ
നിന്ന് പുറത്തു വരാൻ ശ്രമിച്ചു. വലിയ വയറായിരുന്നതിനാ
ലും വഴി നന്നേ ചെറുതായിരുന്നതിനാലും പാമ്പിന്റെ ഉടലിൽ
പല സ്ഥലത്തും മുറിവുകളുണ്ടായി. രക്തം ഒലിക്കാൻ തുടങ്ങി.
ചോരയുടെ മണം പിടിച്ച് ഉറുമ്പുകൾ കൂട്ടം കൂട്ടമായി വന്ന് പാ
മ്പിന്റെ ശരീരത്തെ പൊതിഞ്ഞു. കുറച്ചുറുമ്പുകളെ പാമ്പ് തി
ന്നു എങ്കിലും എവിടെ നിന്നെല്ലാമോ വന്നു കൊണ്ടിരുന്ന ചിറ
കുള്ള ഉറുമ്പുകൾ പാമ്പിന്റെ ശരീരത്തിലെ മുറിവുകൾക്ക് വ
ലിപ്പം കൂട്ടിക്കൊണ്ടിരുന്നു. ഉടലാകെ തളർന്ന് രക്തം ചീന്തി
ആ ക്രൂരനായ പാമ്പ് പുറത്തു കടക്കാനാവാതെ അവിടെക്കിട
ന്നു ചത്തു.

നാടുവിട്ട് പോയ നായ

നാട്ടിൽ കൊടുംക്ഷാമം വന്നതിനാൽ ചിത്രൻ എന്ന ഒ
രു നായ വിശന്നു വലഞ്ഞ് ഒരു പട്ടണത്തിലേക്ക് പോയി. പട്ട
ണത്തിലെ വീടുകൾക്കും ചുറ്റും അവൻ അലഞ്ഞു നടന്നു. പ
ല വീടുകളുടേയും അടുക്കള വാതിലുകൾ ശ്രദ്ധക്കുറവ് കൊ
ണ്ട് വീട്ടമ്മമാർ അടക്കാറില്ല എന്ന് ചിത്രൻ കണ്ടു പിടിച്ചു. അ
തുകൊണ്ട് ഭക്ഷണത്തിന് ഒരു വിഷമവും ചിത്രനുണ്ടായിരുന്നി
ല്ല. പലപല ഭക്ഷണങ്ങളും മാറി മാറി കഴിച്ച് അവനങ്ങിനെ
സുഖിച്ചു കഴിഞ്ഞു.

ഒരു ദിവസം ചിത്രൻ ഏതോ ഒരു വീടിന്റെ അടുക്കള
യിൽ കയറി മതിവരുവോളം തിന്ന് പുറത്തേയ്ക്കിറങ്ങി. കുറേ
നായ്ക്കൂട്ടം ഓടിക്കുരച്ച് ചിത്രന്റെ മേൽക്കയറി എല്ലാവരും കൂ
ടി അവനെ കിട്ടിയ സ്ഥലങ്ങളിലെല്ലാം കടിച്ചു മുറിച്ചു.

ഒരുവിധം കടിച്ച് അവശനാക്കി ചിത്രനെ ഉപേക്ഷിച്ച്
നായ്ക്കൂട്ടങ്ങൾ പോയി. ഇത്തരമൊരു ഗതികേട് വന്നതോർത്ത്
ചിത്രൻ വല്ലാത്ത വിഷമത്തിലായി. ക്ഷാമവും പട്ടിണിയും സ
ഹിക്കാം. നാട്ടിൽ സ്വന്തം വർഗക്കാർ ഇങ്ങനെ കടിച്ചു കീറാൻ
വരില്ല എന്നെല്ലാം ചിന്തിച്ച് ചിത്രൻ തന്റെ നാട്ടിലേക്ക് മടങ്ങി.

പട്ടണത്തിൽ പോയി അവശതയോടെ തിരിച്ചെത്തിയ
ചിത്രനെ കാണാൻ പഴയ കൂട്ടുകാരെല്ലാം ഒന്നിനു പിറകെ ഒ

നായി ഓടി വന്നുകൊണ്ടിരുന്നു. പട്ടണത്തിലെ ജീവിതത്തെ പ്പറ്റി അറിയാനായിരുന്നു എല്ലാവരുടേയും ആഗ്രഹം. എല്ലാവ രുടേയും ചോദ്യങ്ങൾക്ക് ചിത്രൻ ഇങ്ങിനെ മറുപടി പറഞ്ഞവ സാനിപ്പിച്ചു. " പട്ടണം നല്ലതാണ്, എന്തെല്ലാം തരത്തിലുള്ള തീറ്റകളാണ് കിട്ടുക എന്ന് പറഞ്ഞറിയിക്കാൻ പറ്റില്ല. വീട്ടമ്മ മാർ അടുക്കള വാതിൽ മിക്കവാറും തുറന്നാണ് വെക്കുന്നത്. അത് കൊണ്ട് ഒരു പ്രയാസവും കൂടാതെ വേണ്ടത്ര തിന്നാം. പ ക്ഷേ, നമുക്ക് ശത്രു നാം, തന്നെ. നമ്മുടെ വർഗക്കാരുടെ എ തിർപ്പാണ് എന്റെ ദേഹത്ത് കാണുന്നത്.

ദുര മൂത്താൽ

ദാരിദ്ര്യം ഒരു മഹാദുഃഖമാണ്. ഇതിനോളം വലിയ ക ഷ്ടസ്ഥിതി വേറൊന്നുമില്ലെന്ന് പറയാറുണ്ട്. ജീവിതം മുഴുവൻ ദരിദ്രൻ കടുത്ത മനപ്രയാസമനുഭവിക്കുകയും ചെയ്യുന്നു. ദാ രിദ്ര്യമനുഭവിച്ച് ജീവിക്കുന്നതിനേക്കാൾ ഭേദം മരണമാണെന്നും പഴയ കാലത്ത് ഒരു ചൊല്ലുണ്ടായിരുന്നു. പാടലീപുത്രം എന്ന നഗരത്തിൽ ജീവിച്ച നല്ല ഒരു കച്ചവടക്കാരന്റെ കഥയാണിത്. കച്ചവടം നല്ലവണ്ണം നടത്തി അയാൾ പണക്കാരനായി. ദാനധർ മ്മങ്ങൾ ധാരാളം ചെയ്യുകയും ചെയ്തു പോന്ന ഈ കച്ചവടക്കാ രന്റെ എല്ലാം ദൗർഭാഗ്യവശാൽ നഷ്ടപ്പെട്ടു. ഇതുവരെ സമൂഹ ത്തിൽ നല്ല പേരും കീർത്തിയുമുണ്ടായിരുന്ന ആ കച്ചവടക്കാര ന് തുടരെതുടരെ ഒട്ടനേകം അപമാനങ്ങൾ സഹിക്കേണ്ടി വ ന്നു. സത്യത്തിലും ധർമ്മത്തിലും ഉറച്ചു നിന്ന് നല്ല ജീവിതം കെട്ടിപ്പടുത്ത് ഇപ്പോൾ മഹാ ദാരിദ്യവും മറ്റനേകം ദുരിതങ്ങ ളും അനുഭവിക്കേണ്ടി വന്ന ദുർവിധിയോർത്ത് അയാൾ എപ്പോ ഴും വിഷമിച്ചിരുന്നു.

വിഷമ ചിന്തകളിൽ മനസ്സ് കിടന്നാടിക്കൊണ്ടിരിക്കുന്ന ഒരു ദിവസം രാത്രിയിൽ പലപല ചിന്തകളും അയാളുടെ മന സ്സിൽ ഒന്നിനു പിറകെ ഒന്നൊന്നായി വന്നുകൊണ്ടിരുന്നു. കു ടുംബത്തെ പുലർത്തുന്നതെങ്ങിനെ, ദരിദ്രൻ നല്ലവനും ബുദ്ധി

മാനുമെല്ലാമായിരുന്നാലും മോശം സ്വഭാവക്കാരനായ വിഡ്ഢി
യായ പണക്കാരനെയാണ് ജനങ്ങൾ കൊണ്ടാടുന്നത്. ഞാനി
നി ജീവിച്ചിട്ടെന്തു കാര്യം. ഇത്തരമൊരു നശിച്ച ജീവിതത്തെ
ക്കാൾ മരണം തന്നെയാണ് നല്ലത്. കുറേനാൾ പട്ടിണികിടന്ന്
മരിക്കാം. ഇത്തരം ചിന്തകളിൽ മുഴുകി ഏറെ വൈകിയിട്ടും
ആ കച്ചവടക്കാരന് ഉറക്കം വന്നില്ല. പുലരാൻ നേരത്ത് അയാൾ
ഒന്നു മയങ്ങി. ആ മയക്കത്തിൽ അയാൾ ഒരു സ്വപ്നം കണ്ടു.

സ്വപ്നത്തിൽ കണ്ടത് പത്തുകോടി സ്വർണനാണയങ്ങ
ളുമായി തന്റെ അടുത്തു വന്നു നിൽക്കുന്ന ഒരു സന്ന്യാസിയെ
യാണ്. ജീവിതം കളയരുതെന്നും ഈ പത്തുകോടി സ്വർണനാ
ണയങ്ങളും രാവിലെ ഞാൻ അങ്ങേയ്ക്ക് തരുമെന്നും പറഞ്ഞ
ആ സന്ന്യാസി കച്ചവടക്കാരനോട് ഒന്നുകൂടി ചട്ടം കെട്ടി. "സ
ന്ന്യാസിവേഷത്തിൽ തലമൊട്ടയടിച്ച ഒരാൾ രാവിലെ വീട്ടിൽ
വരുമ്പോൾ ഒന്നും ചിന്തിക്കാതെ ഒരു വടിയെടുത്ത് സന്ന്യാ
സിയുടെ തലയിൽ അടിക്കുക, അപ്പോൾ ഞാൻ തന്നെയായ
ആ സന്ന്യാസി വലിയൊരു സ്വർണപ്രതിമയായി മാറും. ആ
പ്രതിമ നിങ്ങളുടെ വീട്ടിൽ തന്നെ എപ്പോഴും ഉണ്ടാവും".

പെട്ടെന്ന് കച്ചവടക്കാരൻ ഉറക്കം ഞെട്ടി. ഈ സ്വപ്ന
ത്തിന് എന്തെങ്കിലും അർഥമുണ്ടാവുമോ? സ്വപ്നങ്ങൾ സത്യ
ങ്ങളാവുമോ? ചിന്തയിൽ കഴിയുന്നവനും രോഗിയും മറ്റും കാ
ണാറുള്ള സ്വപ്നങ്ങൾക്ക് അർഥമൊന്നുമില്ലല്ലോ? എന്നിങ്ങനെ
പല ചിന്തകളാൽ അയാൾ അസ്വസ്ഥനായിരുന്നു.

ഏതായാലും നേരം പുലരട്ടെ എന്ന് അയാൾ കരുതി.
സൂര്യോദയത്തോടെ ആദ്യം വീട്ടിൽ വന്നത് മുടി മുറിക്കുന്ന
ആളായിരുന്നു. തൊട്ടടുത്തു തന്നെ അതാ വരുന്നു, സ്വപ്ന
ത്തിൽ കണ്ടപോലെ ഒരു സന്ന്യാസി. പിന്നെ ഒട്ടും താമസിയാ
തെ വലിയൊരു വിറകെടുത്ത് ഓടി വന്ന് സന്ന്യാസിയുടെ തല
യ്ക്ക് ശക്തിയായി ഒരടി വെച്ചു കൊടുത്തപ്പോൾ സ്വർണരൂപം
പൂണ്ട സന്ന്യാസി തറയിൽ വീണു. കച്ചവടക്കാരൻ ഉടനെത്ത
ന്നെ സ്വർണരൂപമെടുത്ത് വീട്ടിനകത്തേക്കും പോയി. മുടിമുറി

ക്കാൻ വന്ന ആൾ ഈ രംഗമെല്ലാം കണ്ട് അത്ഭുതപ്പെട്ടു നിൽ
ക്കുന്നുണ്ടായിരുന്നു. അകത്ത് ഭദ്രമായി സ്വർണ പ്രതിമ വെച്ച്
കച്ചവടക്കാരൻ കൈനിറയെ സമ്മാനങ്ങളുമായി പുറത്ത് വന്ന്
മുടിമുറിച്ചവന് നൽകിക്കൊണ്ട് "ഇവിടെ നടന്നതെല്ലാം രഹ
സ്യമായിത്തന്നെ വെക്കണം" എന്ന് സ്നേഹത്തോടെ പറഞ്ഞു.

മുടിവെട്ടുകാരൻ തന്റെ ജോലികൾ തീർത്ത് മറ്റെങ്ങും
പോവാതെ വീട്ടിലെത്തി. രാവിലെ കണ്ട സംഭവങ്ങൾ അയാളു
ടെ മനസ്സിൽ നിറഞ്ഞുനിന്നു. വടിയെടുത്തടിച്ചാൽ സന്ന്യാസി
സ്വർണപ്രതിമയാവും, അതൊന്ന് പരീക്ഷിക്കണം, നാളെത്ത
ന്നെ കുറേ സന്ന്യാസികളെ വീട്ടിലേക്ക് ക്ഷണിച്ചു വരുത്തി ത
ലയ്ക്കടിച്ച് വീഴ്ത്തി ഒരുപാട് സ്വർണപ്രതിമകൾ വീട്ടിൽ നിറ
ച്ച് സുഖമായി കഴിയാം എന്നിങ്ങനെ അയാൾ ചിന്തിച്ചുറപ്പിച്ചു.

പിറ്റേന്ന് രാവിലെത്തന്നെ അയാൾ സന്ന്യാസിമാരുടെ
ആശ്രമത്തിലെത്തി. അവിടെ പൂജിച്ചിരുന്ന ബുദ്ധന്റെ പ്രതിമ
യെ വലം വെച്ച് പ്രാർഥിച്ച് ആശ്രമത്തലവനായ സന്ന്യാസിയു
ടെ മുമ്പിൽ എത്തി ഇങ്ങിനെ പ്രാർഥിച്ചു. "മഹാ സന്ന്യാസി,
ഈ ആശ്രമത്തിലെ സന്ന്യാസിമാർക്കെല്ലാം ഇന്ന് എന്റെ വീ
ട്ടിൽ ഭിക്ഷ നൽകണമെന്ന് ആഗ്രഹിക്കുന്നു. സന്ന്യാസിമാർ
ക്ക് പല സമ്മാനങ്ങളും നൽകാനും ഞാനുദ്ദേശിക്കുന്നു. ഉച്ച
യോടെ ഞാൻ എല്ലാവരേയും കൂട്ടിക്കൊണ്ടുപോവാൻ വരുന്ന
താണ്". ആ ആശ്രമത്തലവൻ ഈ പ്രാർഥന അംഗീകരിക്കുക
യും ചെയ്തു.

അയാൾ വീട്ടിലെത്തി കനമുള്ള ഒരു വടിയുണ്ടാക്കി വാ
തിലിന്റെ മൂലയിൽ ഒളിപ്പിച്ചു വെച്ചു. ഉച്ചയോടുകൂടിത്തന്നെ സ
ന്ന്യാസിമാരുടെ ആശ്രമത്തിലെത്തി താഴ്മയോടെ നിന്നു. സ
ന്ന്യാസിമാരെല്ലാം നല്ല ഉത്സാഹത്തിലായിരുന്നു. പുതിയ സ
മ്മാനങ്ങൾ, നല്ല ഭക്ഷണം എന്നിങ്ങനെ മോഹങ്ങളിൽ പെട്ട്
അവർ സന്തോഷത്തോടെ അയാളോടൊപ്പം വീട്ടിലേക്ക് പോ
യി. ആഗ്രഹങ്ങളുടെ ആകർഷണത്തിൽപെട്ട അവരെ വീട്ടിനു
ള്ളിലേക്ക് കൊണ്ടുപോയി മുൻവാതിൽ അടച്ച് മുടിവെട്ടുകാ

രൻ അവരെ തുരുതുരാ തലയ്ക്കടിച്ചു. ഒരു സന്ന്യാസി ഉടൻ നിലത്ത് വീണ് പിടഞ്ഞ് മരിച്ചു. കൂട്ടക്കരച്ചിൽ ഉയർന്നതോടെ ഭടന്മാർ ഓടിയെത്തി. സന്ന്യാസിമാർ ചോരയിൽ കുതിർന്ന് ഓടിപ്പോവുന്നത് കണ്ട ഭടന്മാർ മുടിവെട്ടുകാരനെ പിടിച്ച് കോട തിയിലെത്തിച്ചു.

ഭടന്മാർ ഉണ്ടായ സംഭവങ്ങൾ ന്യായപാലകനെ അറിയി ച്ചു. ഇത്രയും ക്രൂരമായ കൃത്യം ചെയ്യാൻ കാരണമെന്താണെന്ന് ന്യായപാലകൻ ചോദിച്ചപ്പോൾ കച്ചവടക്കാരന്റെ വീട്ടിൽ നട ന്ന കാര്യങ്ങൾ കണ്ട് ചെയ്തതാണെന്ന് മുടിവെട്ടുകാരൻ പറ ഞ്ഞു.

ഭടന്മാരോട് കച്ചവടക്കാരനെ ഉടൻ ഹാജരാക്കാൻ ന്യാ യപാലകൻ ഉത്തരവിട്ടു. ന്യായപാലകന്റെ മുമ്പിലെത്തിയ കച്ച വടക്കാരൻ തന്റെ സ്വപ്നത്തിൽ കണ്ടതും പിറ്റേന്നുണ്ടായതും വിവരിച്ചു. ന്യായാധിപന് കാര്യങ്ങൾ മനസ്സിലായി. ശരിക്കും കാര്യങ്ങൾ അറിയാതെ പ്രവർത്തിച്ച് വരുത്തിത്തീർത്ത വിനയ് ക്ക് മുടിവെട്ടുകാരനെ വധിക്കാൻ തന്നെ ന്യായാധിപൻ ആജ്ഞാ പിച്ചു.

പുലിത്തോലിട്ട കഴുത

തന്റെ വിഴുപ്പുഭാണ്ഡങ്ങൾ ചുമന്ന് സഹായിക്കുന്ന ക ഴുതയെ അലക്കുകാരന് നല്ല ഇഷ്ടമായിരുന്നു. വേണ്ടത്ര ഭക്ഷ ണം കഴുതയ്ക്ക് കൊടുക്കാൻ അയാൾ എപ്പോഴും ശ്രദ്ധിച്ചു. ഒ രു വേനൽക്കാലത്ത് കഴുതയ്ക്ക് വേണ്ടത്ര പുല്ലു കൊടുക്കാൻ സാധിക്കാത്ത അവസ്ഥയായി. അലക്കുകാരൻ കാട്ടിനുള്ളിലേ ക്ക് പുല്ലുകൊണ്ടുവരാൻ പോയി. കുറച്ച് മുന്നോട്ടു പോയപ്പോൾ അയാൾ വലിയൊരു പുലി ചത്തു കിടക്കുന്നത് കണ്ടു. ഉടൻ അ ലക്കുകാരന് തോന്നി ഈ പുലിത്തോൽ പതുക്കെ എടുത്ത് കൊ ണ്ട് പോയി എന്റെ കഴുതയ്ക്ക് പുതപ്പായി നൽകാം, എന്നിട്ട് രാ ത്രികാലങ്ങളിൽ വെള്ളം നനച്ച് കൃഷി നടത്തുന്ന പാടത്തിലേ ക്ക് മേയാൻ വിട്ടാൽ നല്ല തീറ്റയായി. പുലിയാണെന്ന് കാവൽ ക്കാർ കരുതും. അവരാരും ഭയന്ന് പുലിയെ നേരിടുകയുമില്ല.

നല്ല സൂത്രം കണ്ടു പിടിച്ച സന്തോഷത്തോടെ അലക്കു കാരൻ പുലിത്തോലെടുത്ത് വീട്ടിലെത്തി. രാത്രിയോടെ ഭംഗി യായി കഴുതയെ പുലിത്തോൽ പുതപ്പിച്ച് നെൽപ്പാടത്തേക്ക് ഇ റക്കിവിട്ടു. നേരം പുലരും മുമ്പു തന്നെ അലക്കുകാരൻ കൃഷി യിടത്തിലെത്തി കഴുതയെ വീട്ടിലേക്ക് കൊണ്ടു വന്ന് പുലി ത്തോൽ മാറ്റുകയും ചെയ്തു.

കുറച്ച് ദിവസങ്ങൾ ഈ സൂത്രവുമായി അലക്കുകാരൻ

മുന്നോട്ടുപോയി. കഴുത നന്നായി തടിച്ച് കൂടുതൽ ശക്തനാ
യി. രാവിലെ കൃഷിയിടത്തിൽ നിന്ന് പിടിച്ചു കൊണ്ടു വരാൻ
പലപ്പോഴും അലക്കുകാരന് നല്ല ശക്തിയെടുക്കേണ്ടിയും വന്നു.

കഴുത അങ്ങിനെ തടിച്ച് മദിച്ച് നടക്കുമ്പോൾ ഒരു രാ
ത്രിയിൽ എവിടെ നിന്നോ ഒരു പെൺ കഴുതയുടെ കരച്ചിൽ
കേട്ടു. കാതോർത്ത് നിന്ന അലക്കുകാരന്റെ കഴുത ഇണയെ വി
ളിച്ച് കരയാൻ തുടങ്ങി. കഴുതക്കരച്ചിൽ കേട്ട് ഞെട്ടിയുണർന്ന
കാവൽക്കാർ പുലിത്തോലിട്ട് നടക്കുന്ന കഴുതയെക്കണ്ട് അമ്പ
രന്നു. തങ്ങളെ ഭയപ്പെടുത്താൻ ആരോ ചെയ്ത സൂത്രമാണെ
ന്ന് മനസ്സിലാക്കിയ അവർ ഉടനെ ഓടിച്ചെന്ന് പുലിത്തോലെടു
ത്തു മാറ്റി ആ കഴുതയുടെ കഥ തീർത്തു.

നാലു പണ്ഡിതന്മാർ

പണ്ട് ഒരു പട്ടണത്തിൽ ഉറ്റ ചങ്ങാതിമാരായ നാലു ബ്രാ ഫ്മണർ ഉണ്ടായിരുന്നു. നല്ല വിദ്യാഭ്യാസം നേടാനായി അവർ നാലുപേരും അന്നത്തെ പേരുകേട്ട ഗുരുകുലത്തിലേക്ക് പഠന ത്തിനായി പോയി. കന്യാകുബ്ജം എന്ന നഗരത്തിലായിരുന്നു ആ ഗുരുകുലം. അവിടെ താമസിച്ച് പന്ത്രണ്ട് വർഷം അവർ ഒ രേ മനസ്സോടെ പലപല ശാസ്ത്രങ്ങളും പഠിച്ചു. ഇരുപത്തഞ്ച് വയസ്സടുക്കാറായി നാലുപേരുടേയും പ്രായം. ഒരുവിധം നല്ല പാണ്ഡിത്യം വിവിധ വിഷയങ്ങളിൽ നേടിയിട്ടുണ്ട് എന്ന് നാ ലുപേർക്കും ഉത്തമ വിശ്വാസമായി. നാലുപേരുംകൂടി ഗുരുവി നെക്കണ്ട് വണങ്ങി തങ്ങളുടെ ആഗ്രഹം അറിയിച്ചു. നേടിയ അറിവ് കളയാതെ നിരന്തരമായി വായിച്ചും പഠിച്ചും ചിന്തിച്ചും പാണ്ഡിത്യത്തിന് കൂടുതൽ കൂടുതൽ തിളക്കം നൽകണമെ ന്ന ഗുരുവിന്റെ ഉപദേശവും സ്വീകരിച്ച് ആ നാലു പണ്ഡിത സുഹൃത്തുക്കളും സ്വന്തം പട്ടണത്തിലേക്ക് യാത്ര തിരിച്ചു.

നടന്ന് നടന്ന് അവർ ഒരു കവലയിൽ എത്തി. അവിടെ നിന്ന് രണ്ടു വശത്തേക്ക് വഴിയുണ്ടായിരുന്നു. നാലു പണ്ഡി ത സുഹൃത്തുക്കളിൽ ഒരാൾ "നമ്മുടെ വഴി ഏതാണ്?" എന്ന് മറ്റൊരു സുഹൃത്തിനോട് ചോദിച്ചു. ആ സമയം തന്നെ അവി

ടെ ശവദാഹത്തിന് ശ്മശാനത്തിലേക്ക് പോകുന്ന ഒരു സംഘ വും എത്തിച്ചേർന്നു. കവലകളുടെ സമീപത്തു താമസിക്കുന്ന ഒരു കച്ചവടക്കാരന്റെ പുത്രൻ പെട്ടെന്ന് മരിച്ചു. ആ മകന്റെ ശ വദാഹത്തിന് കച്ചവടക്കാരനും ബന്ധുക്കളും സുഹൃത്തുക്കളു മെല്ലാം പോവുന്നതാണ് നാലു പണ്ഡിതന്മാർ കണ്ടത്. സു ഹൃത്ത് ചോദിച്ച ചോദ്യത്തിന് ഉത്തരം കണ്ടെത്താൻ മറ്റൊരു സുഹൃത്ത് ഉടൻ കയ്യിലെ പുസ്തകം തുറന്ന് തിരക്കിട്ടു നോ ക്കി. വഴിയേതാണെന്ന് കണ്ടുപിടിച്ച് പറയേണ്ടേ? ഉത്തരം കിട്ടു കയും ചെയ്തു. മഹാജനങ്ങൾ ഏതു വഴിയിലാണോ പോവു ന്നത് ആ വഴിയിലാണ് പോകേണ്ടതെന്നാണ് പുസ്തകത്തിൽ കണ്ടത്. ഒട്ടും സംശയിച്ചില്ല, നാലുപേരും ശവദാഹത്തിന് പോ കുന്നവരുടെ പുറകെ നടന്നു. എത്തിച്ചേർന്നത് ശ്മശാനത്തി ലും.

അവർ ശ്മശാനത്തിനു ചുറ്റും ഒന്നു കണ്ണോടിച്ചു. അ താ ഒരു കഴുത അവിടെ നിൽക്കുന്നു. ഉടൻ രണ്ടാമത്തെ പണ് ഡിതൻ പുസ്തകം മറിക്കാൻ തുടങ്ങി "ആപത്തിലും വിഷമ ത്തിലും ഉത്സവവേളയിലും, ദാരിദ്ര്യത്തിലും, ശത്രുക്കളുടെ ആ ക്രമണത്തിലും രാജകൊട്ടാരത്തിലും ചുടലക്കാട്ടിലുമെല്ലാം നിൽ ക്കുന്നവർബന്ധുക്കളാണെന്ന് പുസ്തകത്തിൽ കണ്ട ഉടനെ കൂ ട്ടുകാരോട് ഒരു ബ്രാഹ്മണൻ തന്റെ കണ്ടെത്തൽ അറിയിച്ചു. മ റ്റു മൂന്നുപേർക്കും സംശയമേ ഉണ്ടായിരുന്നില്ല. എല്ലാവരും കൂ ടി "കഴുത തങ്ങളുടെ ബന്ധുവാണെന്ന് ഉറപ്പിച്ച് അതിന്റെ അ ടുത്തു പോയി തൊട്ടു തലോടി, കഴുതക്കാലിൽ വെള്ളമൊഴിച്ച് ശുദ്ധിവരുത്തി.

പിന്നെ അവർ കണ്ടത് ഒരൊട്ടകത്തെയായിരുന്നു. ഒട്ടും താമസിയാതെ മൂന്നാമൻ ഗ്രന്ഥം മറിച്ച് കണ്ടെത്തിയത് " ധർ മത്തിന് നല്ല ശക്തിയുണ്ട്" എന്നായിരുന്നു. സുഹൃത്തുക്കളെ അദ്ദേഹം ഇത് അറിയിച്ചു. എല്ലാവരും ഒരു കാര്യം ഉറപ്പിച്ചു. ഒ ട്ടകം ധർമം തന്നെയാണ്.

ഒടുവിൽ നാലാമനും തന്റെ കയ്യിലെ പുസ്തകം തുറ
ന്ന് 'ഇഷ്ടപ്പെട്ടതും ധർമവും തമ്മിൽ ഇണങ്ങിച്ചേർന്നിരിക്ക
ണം' എന്ന തത്വം കണ്ട് സുഹൃത്തുക്കളോട് പറഞ്ഞു. എല്ലാവ
രും ഇഷ്ടബന്ധുവായ കഴുതയേയും ധർമമായ ഒട്ടകത്തേയും
കൂട്ടിക്കെട്ടി തങ്ങളോടൊപ്പം കൊണ്ടുപോവാൻ നിശ്ചയിച്ച് യാ
ത്ര പുറപ്പെട്ടു.

കുറച്ച് ദൂരം അവർ വീണ്ടും നടന്നു. പെട്ടെന്നതാ ഒരല
ക്കുകാരൻ മുന്നിൽ. അയാളുടെ കഴുതയെയായിരുന്നു ബ്രാഹ്മ
ണർ ഒട്ടകത്തോടൊപ്പം കെട്ടി കൊണ്ടു പോയിക്കൊണ്ടിരുന്ന
ത്. തന്റെ കഴുതയെ കയറിട്ടു കൊണ്ടുപോവുന്ന ഇവർ കള്ള
ന്മാരെന്നുറപ്പിച്ച അലക്കുകാരൻ നാലുപേരേയും അടിക്കാനാ
യി ഓടിച്ചെന്നു. നാലു പണ്ഡിതന്മാരും ഭയന്നുവിറച്ച് ജീവ
നും കൊണ്ട് ഓടി. ഒരു പുഴയുടെ തീരത്ത് എത്തി. പുഴയിലേ
ക്ക് അവർ നോക്കിയപ്പോൾ പ്ലാവിലയങ്ങിനെ ഒഴുകി വരുന്ന
തു കണ്ടു. ഉടൻ ഒരു ബ്രാഹ്മണ പണ്ഡിതൻ പുസ്തകം തുറ
ന്ന് നോക്കി. ഉറക്കെ വായിച്ചു. "പത്രം ഒഴുകി വരുന്നതു ക
ണ്ടാൽ ഉടൻ അതിൽ കയറണം, അങ്ങിനെ പുഴ കടക്കണം".

ഇലയെന്ന അർഥം കൂടാതെ തോണിക്കും പത്രമെന്നു
പര്യായമുണ്ട്. ഇതറിയാതെ അയാൾ ഇലയിലേക്കിറങ്ങി വെ
ള്ളത്തിൽ വീണു ഒഴുകാൻ തുടങ്ങി. ഉടൻ രണ്ടാമത്തെ പണ്
ഡിതൻ മുങ്ങിക്കൊണ്ടിരിക്കുന്ന ഒന്നാമന്റെ മുടിക്ക് പിടിച്ച് പു
സ്തകം തുറന്ന് "എല്ലാം നശിക്കുമെന്ന നിലവന്നാൽ പകുതി
ഉപയോഗിക്കുന്നതാണ് വകതിരിവുള്ളവർ ചെയ്യേണ്ടത്. എന്നു
റക്കെ വായിക്കുകയും അതനുസരിച്ച് വെള്ളത്തിൽ ഒഴുകാൻ
തുടങ്ങിയ ഒന്നാമത്തെ പണ്ഡിതന്റെ കഴുത്ത് വെട്ടിക്കളയുക
യും ചെയ്തു.

അങ്ങിനെ പണ്ഡിതർ മൂന്നായി ചുരുങ്ങി. അവർ സ്വ
ന്തം വീടുകളിലേക്ക് യാത്ര തുടങ്ങി. നേരം ഇരുട്ടിയതോടെ ഒ
രു ഗ്രാമത്തിൽ എത്തി. പണ്ഡിതൻമാരെക്കണ്ട് സന്തോഷിച്ച

ഗ്രാമീണരിൽ പ്രമുഖരായ മൂന്നുപേർ ഓരോ പണ്ഡിതനേയും തങ്ങളുടെ വീടുകളിലേക്ക് കൊണ്ടുപോയി.

രാത്രി അത്താഴം വിളമ്പി. ഒരു വീട്ടിൽ ചെന്ന പണ്ഡിതന് മധുരമിട്ട നൂലപ്പമാണ് വിളമ്പിയത്. സൂത്രിക-സൂത്രം - നൂൽ പോലെ ഇരിക്കുന്നത് എന്നും ആ പലഹാരത്തിന് പേരു ണ്ട്. ഈ അത്താഴം കണ്ടപ്പോൾ ദീർഘസൂത്രിയായവൻ നശി ക്കും എന്ന് പുസ്തകത്തിൽ പഠിച്ചതാണ് ആ പണ്ഡിതന് ഉ ടൻ ഓർമ വന്നത്. അതിന്റെ ശരിയായ അർഥം അയാൾക്ക് മന സ്സിലായിട്ടുണ്ടായിരുന്നുമില്ല. കാര്യങ്ങളിൽ തീരുമാനമെടുക്കാ തെ വലിച്ചു നീട്ടിക്കൊണ്ടു പോവുന്നവയെയാണ് ദീർഘസൂ ത്രി എന്ന് പുസ്തകത്തിൽ പറയുന്നത്. പുസ്തകം മാത്രം പഠി ച്ച അയാൾ അത്താഴം കഴിച്ചെന്നു വരുത്തി മതിയാക്കി. ദീർഘ സൂത്രിയായി നശിക്കരുതല്ലോ എന്നായിരുന്നു ആ പണ്ഡിത ന്റെ ചിന്ത. മറ്റൊരു പണ്ഡിതനെക്കൊണ്ടുപോയ ഗ്രാമമുഖ്യൻ ഗോതമ്പുദോശയാണ് വിളമ്പിയത്. നല്ല വലിപ്പം, നന്നേ നേരി യതും. ദോശ നോക്കിയിരുന്ന് ആ പണ്ഡിതൻ ഓർത്തത് "പര ന്നു കിടക്കുന്ന വസ്തുവിന് ദീർഘായുസ്സില്ല" എന്ന പാഠഭാഗ മാണ്. പരന്ന അറിവ് ഒരുപാട് കാലം ഗുണം ചെയ്യില്ല, ആഴ ത്തിൽ കാര്യങ്ങൾ മനസ്സിലാക്കണം എന്ന ആ തത്വചിന്തയുടെ അർഥം ശരിക്കറിയാതെ ആ പണ്ഡിതൻ അത്താഴം കഴിച്ചതേ യില്ല.

മൂന്നാമത്തെ പണ്ഡിതന് ഉഴുന്നുവടയായിരുന്നു അത്താ ഴത്തിനുള്ള വിഭവം. വടകളുടെ നടുവിലതാ ഒരു ദ്വാരം. ദ്വാര ങ്ങളുണ്ടായാൽ അപകടമാണെന്ന് ഗ്രന്ഥത്തിൽ പഠിച്ചതോർത്ത്, വിയോജിപ്പുകളും ദുർബലതകളും അപകടങ്ങൾക്ക് ഇടയാക്കും എന്ന ശരിയായ തത്വം അറിയാതെ ആ പണ്ഡിതനും എഴു ന്നേറ്റു. ഇത് ഗ്രാമത്തിൽ വാർത്തയായി. പരസ്പര ബന്ധമില്ലാ തെ സംസാരിക്കുന്ന, സാധാരണക്കാരന്റെ ബുദ്ധികൂടിയില്ലാത്ത പണ്ഡിതന്മാരെ ഗ്രാമീണർ കളിയാക്കിത്തുടങ്ങി. ഒടുവിൽ അ

വർ അപ്പോൾ തന്നെ സ്വന്തം ഗ്രാമത്തിലേക്ക് ഉടൻ യാത്ര തിരിച്ചു.

പുസ്തകങ്ങളിലെ ആശയങ്ങൾ ശരിയായ അർഥമുൾക്കൊണ്ടു കൊണ്ട് പഠിക്കാതെ സാമാന്യ ലോകവിവരം പോലുമില്ലാത്തവർ പണ്ഡിതന്മാർ തന്നെയായാലും ജനങ്ങൾ പരിഹസിക്കും.

കുരങ്ങിന്റെ കയ്യിൽ...

കുരങ്ങനെ നല്ല ഇഷ്ടമായിരുന്ന ഒരു രാജാവുണ്ടായി രുന്നു. സേവകൻമാരെകൊണ്ട് ഒരു കുരങ്ങനെ കൊട്ടാരത്തിൽ കൊണ്ടുവരുത്തി ഏറെ ഓമനിച്ച് രാജാവ് അതിനെ വളർത്തി. കുരങ്ങന്റെ കാര്യങ്ങൾ എല്ലാം ശ്രദ്ധിച്ച് അപ്പപ്പോൾ വേണ്ടതു ചെയ്യാൻ ഒരു സ്ഥിരം പരിചാരകനെയും രാജാവ് ഏർപ്പെടു ത്തി. തന്റെ സമയത്തിൽ നല്ലൊരു ഭാഗം കുരങ്ങനെ ലാളിക്കാ നും രാജാവ് കണ്ടെത്തി. ക്രമേണ കുരങ്ങനു രാജാവിനോട് ന ല്ല ഇഷ്ടമായി. രാജാവ് ഉണ്ണുമ്പോഴും ഉറങ്ങുമ്പോഴും ആ കുര ങ്ങൻ ചുറ്റിപ്പറ്റിയുണ്ടാകും. എല്ലാ സ്വാതന്ത്ര്യവും രാജാവ് കുര ങ്ങന് കൊടുത്തിരുന്നു. ചുരുക്കത്തിൽ രാജാവിന്റെ വലിയൊ രു ഭക്തൻ തന്നെയായി ആ കുരങ്ങൻ.

ഒരു ദിവസം ഉച്ചയ്ക്ക് ഊണ് കഴിഞ്ഞ് രാജാവ് തന്റെ വിശ്രമമന്ദിരത്തിലെ വലിയ മഞ്ചത്തിൽ ഒന്നു മയങ്ങാൻ കിട ന്നു. കുരങ്ങനാകട്ടെ വളരെ സൂക്ഷ്മതയോടെ രാജാവിനെ ശ്ര ദ്ധിച്ച് അടുത്തു വന്നിരുന്നു. വിശറി കയ്യിൽ പിടിച്ച് ഇടയ്ക്ക് കുരങ്ങൻ രാജാവിന് വീശി കൊടുക്കുകയും ചെയ്തു. രാജാവ് പതുക്കെ മയങ്ങാൻ തുടങ്ങി. പതുക്കെയതാ ഒരീച്ച വന്ന് രാജാ വിന്റെ മാറിലിരിക്കുന്നു.കുരങ്ങൻ നന്നായി വീശിയപ്പോൾ ഈ ച്ച പറന്നകന്നു. എന്നാൽ പിന്നെയും അതു പാറി വന്ന് നെ

ചിൻമേൽ ഇരുന്നു. കുരങ്ങൻ കൂടുതൽ ശക്തിയോടെ വീശും അപ്പോൾ ഈച്ച ഒന്നു പാറിയകന്ന് വീണ്ടും വന്നിരിക്കും. ഇത് കുരങ്ങനു തീരെ സഹിച്ചില്ല. അവന് നല്ല ശുണ്ഠിയും വന്നു. ഈച്ചയെ എന്തുചെയ്തും കൊല്ലാൻ തന്നെ കുരങ്ങൻ ഉറപ്പിച്ചു.

അവൻ ചുറ്റുപാടും നോക്കി. ഹായ്! രാജാവിന്റെ മിന്നി ത്തിളങ്ങുന്ന വാൾ അതാ മുറിയിലിരിക്കുന്നു. കുരങ്ങൻ ആ വാളെടുത്തു കയ്യിൽ വെച്ചു. ഈച്ച വീണ്ടും പാറിവന്ന് രാജാ വിന്റെ മാറിൽ ഇരുന്നു. . നല്ലതക്കം തന്നെ എന്ന് വിചാരിച്ച് കുരങ്ങൻ ഈച്ചയെ ആഞ്ഞൊന്നു വെട്ടി. ഈച്ച പാറിയുർന്നു. രാജാവിന്റെ മാറിൽ നിന്നു കുടുകുടാ എന്ന് ചോരയൊഴുകി. രാജാവ് കൈകാലുകളിട്ടടിച്ചു. ക്രമേണ രാജാവ് അനങ്ങാതെ യായി.

ഞണ്ടിന്റെ ബുദ്ധി

കൊറ്റിയും കുടുംബവും ഒരു അത്തിമരത്തിലാണ് കൂടു വെച്ച് കഴിഞ്ഞിരുന്നത്. അത്തിച്ചുവട്ടിലെ നല്ലൊരു പൊത്തിൽ വലിയൊരു മൂർഖൻപാമ്പും താവളമുറപ്പിച്ചിരുന്നു. പെൺകൊ റ്റി പലതവണ മുട്ടയിട്ടു. മുട്ടകളെല്ലാം കൂട്ടിൽ കയറി മൂർഖൻ തിന്നു തീർക്കും. അതുകൊണ്ട് ഒരൊറ്റ മുട്ടപോലും വിരിഞ്ഞ് കൊറ്റിക്കുഞ്ഞിനെകാണാൻ കഴിയാതെ അച്ഛൻ കൊറ്റിയും അ മ്മക്കൊറ്റിയും വല്ലാതെ വേദനയിലായി. തന്റെ ദൗർഭാഗ്യത്തെ പ്പറ്റി ഓർത്ത് കൊറ്റി അടുത്തുള്ള തടാകക്കരയിൽ പോയിരുന്ന് കരയും.

ഒരിക്കൽ കൊറ്റിയിങ്ങനെ കണ്ണീരു വാർക്കുന്നതുകണ്ട് ഒരു ഞണ്ടിന് വല്ലാതെ ദയ തോന്നി " കൊറ്റിയമ്മാവാ, എന്തി നാണ് ഇവിടെ ഒറ്റയ്ക്കിരുന്ന് കണ്ണീർ വാർക്കുന്നത് ". ഞണ്ട് കൊറ്റിയോട് ചോദിച്ചു.

കണ്ണീർ ഒതുക്കി കൊറ്റി പറഞ്ഞു. എന്തു പറയാനാ ? ഭാഗ്യം കെട്ടൊരു ജീവിതം, കരഞ്ഞ് കരഞ്ഞ് ചത്തുപോകും എന്നതാണ് ഇപ്പോഴത്തെ നില.

ഞണ്ട് വീണ്ടും ചോദിച്ചു- " എന്താണിത്ര വലിയ ദു:ഖം "

" എന്റെ ഇണപ്പക്ഷി എത്ര തവണ മുട്ടകളിട്ടു എന്നോ?

എന്നിട്ടെന്തു കാര്യം...ആ അത്തിമരത്തിലൊരു പാമ്പുണ്ട്. മുട്ട
കളെല്ലാം അവൻ കൊത്തിപ്പൊട്ടിച്ച് കുടിക്കും. ഇതുവരെ ഒരു
കൊറ്റിക്കുഞ്ഞും വിരിയാൻ ഇടയായിട്ടില്ല. ആ മൂർഖനെ നശി
പ്പിക്കണം എന്നാലേ രക്ഷയുള്ളൂ. ഇതിനൊരുപായം കണ്ടെ
ത്താൻ പറ്റുമോ ? എന്നായി ഞണ്ടിനോട് കൊറ്റിയുടെ ചോദ്യം!

കീരിയുടെ ഒരു മാളം ചൂണ്ടിക്കൊണ്ട് ഞണ്ട് പറഞ്ഞു.
കൊറ്റിയമ്മാവാ അതിൽ ഒരു കീരികുടുംബം ഉണ്ട്. ആ കീരിമാ
ളത്തിന്റെ അവിടെ നിന്ന് പാമ്പ് പാർക്കുന്ന പൊത്തുവരെ മാം
സക്കഷ്ണങ്ങളും മത്സ്യകഷ്ണങ്ങളും ഇട്ടുവെയ്ക്കുക. കീരി
ഇതെല്ലാം തിന്നു നടന്ന് പാമ്പിന്റെ പൊത്തിലെത്തി അവനെ
കടിച്ചുകീറി തിന്നും.

കൊറ്റിയ്ക്ക് സമാധാനമായി. കൂടുതലൊന്നും ചിന്തിക്കാ
തെ ഞണ്ട് പറഞ്ഞപോലെ ചെയ്തു. കീരി മത്സ്യവും മാംസ
വും തിന്ന് മരപ്പൊത്തിലെ പാമ്പിനെയും പിടിച്ചു തിന്നു. അ
ങ്ങിനെ കൊറ്റിയുടെ ശത്രുവായിരുന്ന പാമ്പിന്റെ കഥ കഴിഞ്ഞു.

കീരി പിന്നെ ചെയ്തത് മരത്തിൽ കയറി കൂട്ടിൽക്കിട
ന്ന കൊറ്റികൾ രണ്ടിനെയും കൊന്നു തിന്നുകയയായിരുന്നു.

കുരുവിയുടെ ദുരന്തം

പടർന്നു പന്തലിച്ചു നിൽക്കുന്ന ഒരാൽമരത്തിന്റെ ഒരു കൊമ്പത്ത് കൂടുണ്ടാക്കി ഇണക്കുരുവികൾ താമസിച്ചുപോന്നു. നല്ല വേനലിൽ ചുള്ളിക്കമ്പുകളും നാരുകളുമെല്ലാം കൊത്തി ക്കൊത്തി കൊണ്ടുവന്ന് വർഷകാലത്തെ പാർപ്പിന് കൂടൊരു ക്കി അതിൽ പാർപ്പുറപ്പിച്ച അവരുടെ ജീവിതം സുഖമായിരു ന്നു.

വേനൽക്കാലം പോയി. കുറേശ്ശയായി മഴയും ഇടിയും മിന്നലും എല്ലാം വന്നു തുടങ്ങി. മഴക്കാലം പതുക്കെ കനത്തു. വീശിയടിക്കുന്ന കാറ്റും, കറുത്തുമൂടിക്കെട്ടിയ ആകാശവും തോ രാതെ പെയ്യുന്ന മഴയും, എല്ലായിടത്തും കനത്തവെള്ളക്കെട്ടു മായി എല്ലാവരും വീർപ്പുമുട്ടി. തോരാമഴയത്ത് പെട്ടുപോയ ഒ രു കുരങ്ങൻ ആകെ നനഞ്ഞ് വിറച്ച് എവിടെ നിന്നോ ഓടിയെ ത്തി ആ ആൽമരച്ചോട്ടിൽ അല്പം രക്ഷകിട്ടുമെന്നു കരുതി അവിടെ ഇരുന്നു. അവന്റെ കൈകാലുകൾ നന്നായി വിറയ്ക്കു ന്നുണ്ടായിരുന്നു. തണുപ്പ് സഹിക്കാനാവാതെ അവന്റെ പല്ലു കൾ കൂട്ടിയടിക്കുകയും ചെയ്തിരുന്നു.

ആൽമരച്ചോട്ടിൽ വിറച്ച് വെറുങ്ങലിച്ചിരിക്കുന്ന കുരങ്ങ നെ നോക്കി പെൺകുരുവി ചെറിയ ഒരു പരിഹാസത്തോടെ ചോദിച്ചു-" കുരങ്ങച്ചാരേ, എന്തു പറ്റി ? നല്ല കൈകളും കാലു

കളും വാലും എല്ലാമായി വേനൽക്കാലത്ത് തുള്ളിച്ചാടി നട
ക്കുമ്പോൾ മഴക്കാലം വരുമെന്ന് ഓർത്തില്ല അല്ലേ? അതോർ
ത്തിരുന്നുവെങ്കിൽ ഒരു വീടുണ്ടാക്കി മഴയിൽ നിന്ന് രക്ഷപ്പെട്ടു
അതിലിരിക്കാമായിരുന്നില്ല്ലോ?".

പെൺകുരുവിയുടെ ഈ ചോദ്യം കുരങ്ങന് തീരെ ര
സിച്ചില്ല. തണുത്തുവിറച്ച് വിഷമിച്ചിരിക്കുമ്പോൾ ചോദിക്കാൻ
കണ്ട ഒരു ചോദ്യം.ദേഷ്യത്തോടെ കുരങ്ങൻ ആ പെൺകുരു
വിയോടു പറഞ്ഞു. ഃ " നാവടക്കി മിണ്ടാതിരുന്നോ, ധിക്കാരം
കാണിക്കരുത്". പിന്നെ കോപം തടുക്കാനാവാതെ ആ കുര
ങ്ങൻ അഹങ്കാരിയായ അവളെയങ്ങ് കൊന്നാലോ എന്ന ചിന്ത
യിലായി. അല്പനേരം കഴിഞ്ഞ് കോപമൊന്ന് തണുത്തപ്പോൾ
കുരങ്ങൻ കുരുവിയോടു ചോദിച്ചു.- " എന്നെക്കുറിച്ച് നീ ഇത്ര
വിഷമിക്കാനെന്താണ് കാരണം ?"

ഇതിന് മറുപടി പറയാതെ കൂട്ടിൽ സുഖിച്ചിരുന്ന കുരു
വിപ്പെണ്ണ് കുരങ്ങന്റെ ബുദ്ധിമോശത്തെക്കുറിച്ച് മാത്രം വീണ്ടും
പറയാൻ തുടങ്ങി.കുരങ്ങൻ ശുണ്ഠി കയറി മരത്തിലേക്ക് ചാടി
ക്കയറി കൊമ്പിൽ തൂങ്ങിനിന്ന കുരുവിക്കൂട് പൊട്ടിച്ചൊരേറു
കൊടുത്തു. വെള്ളക്കെട്ടിൽ വീണ കൂട്ടിൽ നിന്ന് പുറത്തുവന്ന
പെൺകുരുവി നനഞ്ഞുവിറച്ചു പിടഞ്ഞ് പിടഞ്ഞ് അനങ്ങാതെ
യായി.

കള്ളബ്രാഹ്മണന്റെ ബുദ്ധി

മോഷണം ശീലമാക്കിയ ഒരു ബ്രാഹ്മണനുണ്ടായിരുന്നു. ബ്രാഹ്മണനായി ജനിച്ചതുകൊണ്ട് വേദങ്ങളും മറ്റു ശാസ്ത്ര ങ്ങളും പരമ്പരാഗതരീതിയിൽ പഠിച്ച ഇദ്ദേഹത്തിന് കളവ് നട ത്താതിരിക്കാൻ ഒരിക്കലും സാധിച്ചിട്ടില്ല. അങ്ങിനെ ആ ബ്രാ ഫണൻ നല്ല ഒരു കള്ളനായി.

കള്ളനായ ബ്രാഹ്മണൻ താമസിച്ചിരുന്ന ഗ്രാമത്തിലേ ക്ക് അന്യനാട്ടിൽ നിന്ന് നാലു ബ്രാഹ്മണരെത്തി. സ്വന്തം നാട്ടി ലെ പല സാധനങ്ങളുമായാണ് ഈ ബ്രാഹ്മണർ വന്നിരുന്നത്. കൊണ്ടുവന്ന സാധനങ്ങൾ പുതിയ സ്ഥലത്ത് നല്ല ലാഭത്തിന് വിറ്റ് പോകാനായിരുന്നു അവരുടെ വരവ്.

കള്ളനായ ബ്രാഹ്മണൻ ഇവരെ കൊള്ളയടിക്കണം എ ന്നുറപ്പിച്ചു അവരുമായി കൂട്ടുകൂടി വേദങ്ങളെക്കുറിച്ചും ശാസ് ത്രങ്ങളെക്കുറിച്ചും പറയുക, ചില സംശയങ്ങൾ ചോദിക്കുക തന്റെ നാട്ടിൽ വന്ന അവരുടെ ക്ഷേമങ്ങൾ സ്നേഹത്തോടെ അന്വേഷിക്കുക എന്നീ വിദ്യകളിലൂടെ അയാൾ നാലുബ്രാഹ്മ ണരുമായി നന്നായി അടുത്തു. അവർക്കും പുതിയ കൂട്ടുകാര നെ വിശ്വാസമായി.

ബ്രാഹ്മണർ കൊണ്ടുവന്ന സാധനങ്ങൾ പല ദിവസങ്ങ ളിലായി എല്ലാം വിറ്റു കിട്ടിയ പണം കൊണ്ട് വിലപിടിച്ച രത്

നങ്ങൾ വാങ്ങി. രത്നങ്ങൾ ഭദ്രമായി പൊതിഞ്ഞ് മടിയിൽ സൂ
ക്ഷിച്ച് അവർ തിരികെ പുറപ്പെട്ടു.

കള്ളനായ ബ്രാഹ്മണന് വലിയ നിരാശയായി. ഇത്ര അ
ടുത്തുകൂടിയിട്ടും ഇവരിൽ നിന്ന് ഒന്നും മോഷ്ടിക്കാൻ കഴി
ഞ്ഞില്ല എന്നതു തന്നെയായിരുന്നു ദു:ഖം. ഏതായാലും ദു:ഖ
വും നിരാശയുമൊന്നും പുറത്തുകാണിക്കാതെ അയാൾ അവ
രോടൊപ്പം പോകാൻ തീരുമാനിച്ചു. യാത്രയ്ക്കിടയിൽ എവി
ടെ വെച്ചെങ്കിലും രത്നങ്ങൾ തട്ടിയെടുക്കാമെന്നായിരുന്നു അ
യാളുടെ മനസ്സിലിരുപ്പ്.

യാത്രപുറപ്പെട്ട ബ്രാഹ്മണൻമാരോട് അയാൾ പറഞ്ഞു.
കുറച്ചു ദിവസങ്ങൾ കൊണ്ട് നമ്മൾ വല്ലാത്ത അടുപ്പത്തിലാ
യി. ഒറ്റയ്ക്ക് കഴിയാൻ എനിക്കിനിയാവില്ല, ഒരു സന്തോഷവു
മില്ലാത്തതാവും എൻ്റെ ജീവിതം. നിങ്ങൾ പോവുന്നതിൽ എ
നിക്ക് വല്ലാത്ത ദു:ഖവും തോന്നുന്നു. നിങ്ങളുടെ കൂടെ ഞാ
നും വരികയാണ്. വേണ്ട എന്നു പറയരുത്. പിന്നെ യാത്രപോ
കുന്ന വഴി അത്ര സുരക്ഷിതമൊന്നുമല്ല.കള്ളൻമാർ വല്ലാതെ
ഇറങ്ങി നടപ്പുണ്ട്. അതുകൊണ്ട് ഇത്രയും വിലപിടിപ്പുള്ള രത്
നങ്ങൾ ശരീരത്തിൽ വെച്ച് നടക്കരുത്. എല്ലാം വയറ്റിലെത്തി
ക്കണം. എല്ലാവരും വിഴുങ്ങിയാൽമതി.

ഇത്രയും കേട്ടപ്പോൾ ബ്രാഹ്മണൻമാർ നാലുപേരും കൂ
ടുതലൊന്നും ആലോചിച്ചില്ല.കള്ള ബ്രാഹ്മണൻ നിർദേശിച്ച
പോലെ അവർ രത്നങ്ങൾ വിഴുങ്ങി. അയാളേയും തങ്ങളോ
ടൊപ്പം കൂട്ടി അവർ യാത്ര തുടർന്നു.

പലപല ഗ്രാമങ്ങളും ചെറുപട്ടണങ്ങളും ക്ഷേത്രങ്ങളു
മെല്ലാം താണ്ടി ജനവാസം നന്നേ കുറഞ്ഞ ഒരു സ്ഥലമെത്തി
യപ്പോൾ അല്പം വിശ്രമിക്കാമെന്ന് അവർ തീരുമാനിച്ചു. വിശ്ര
മിക്കാൻ തുടങ്ങിയതും കുറേ കാക്കകൾ ഒന്നിച്ച് കരഞ്ഞ് അവ
രിരിക്കുന്ന സ്ഥലത്തിനുമീതെ വട്ടത്തിൽ പറക്കാൻ തുടങ്ങി.
കാക്കക്കൂട്ടത്തിൻ്റെ കരച്ചിൽ കേട്ടതും അതിൻ്റെ സമീപത്തു എ
വിടെനിന്നോ കുറേ കാട്ടാളൻമാർ ഓടിവന്നു. യാത്രക്കാരെ കൊ

ള്ളചെയ്ത് എല്ലാം തട്ടിയെടുത്ത് കഴിഞ്ഞിരുന്ന അവർ അഞ്ച്
ബ്രാഹ്മണൻമാരെ കണ്ട് സന്തോഷിച്ചു. ഒരുപാട് പണവും മ
റ്റും തട്ടിയെടുക്കാമെന്നായിരുന്നു അവർ കരുതിയത്. ബ്രാഹ്മ
ണൻമാരെ ഭീഷണിപ്പെടുത്തി അവരുടെ കയ്യിലുള്ള കെട്ടുകൾ
എല്ലാം തുറന്നു പരിശോധിച്ച കാട്ടാളൻമാർക്ക് ഒന്നും കിട്ടിയി
ല്ല. ഈ നിരാശ കള്ളൻമാരെ വല്ലാതെ കോപാകുലരാക്കി. "എ
വിടെയാണ് പണവും മറ്റു വിലപിടിച്ച വസ്തുക്കളും ഒളിപ്പി
ച്ചു വച്ചിരിക്കുന്നത് " വേഗം തന്നില്ലെങ്കിൽ അഞ്ചെണ്ണത്തിന്റെ
യും ജീവൻ ബാക്കിയുണ്ടാകില്ല എന്ന് ആ കാട്ടാളൻമാർ ആയു
ധങ്ങളുയർത്തി ചോദിച്ചപ്പോൾ കള്ള ബ്രാഹ്മണന് പെട്ടെന്നൊ
രു ബുദ്ധി ഉദിച്ചു. അയാൾ പറഞ്ഞു ഞങ്ങളുടെ കൈവശം ഒ
ന്നുമില്ല. തീരെ വിശ്വാസമില്ലെങ്കിൽ ആദ്യം ഈ എന്നെ കൊ
ന്നു നോക്കാം. ഒന്നും കിട്ടിയില്ലെങ്കിൽ എന്റെ സുഹൃത്തുക്കളെ
വെറുതെ വിടണം.ഞാനും ഇവരും പാവങ്ങളാണ്.

കാട്ടാളൻമാർ കൂടുതലൊന്നും ചിന്തിച്ചില്ല. കള്ളബ്രാഹ്മ
ണനെ അവർകൊന്നു. അവർക്കൊന്നും കണ്ടുകിട്ടിയില്ല. രത്
നം വിഴുങ്ങിയ നാലു ബ്രാഹ്മണൻമാരെയും കാട്ടാളൻമാർ വെ
റുതെ വിട്ടയച്ചു.

ഓരോ ബ്രാഹ്മണനേയും കൊന്ന് രത്നം കണ്ടെടുക്കു
ന്ന കൊള്ളക്കാർ തന്നെയും കൊല്ലാതിരിക്കുകയില്ല എന്ന ബു
ദ്ധിയാണ് കള്ളബ്രാഹ്മണനെക്കൊണ്ട് ഈ പ്രവൃത്തി ചെയ്യിച്ച
ത്. കള്ളനാണെങ്കിലും വേണ്ട സമയത്ത് അയാൾ ബുദ്ധിയുപ
യോഗിച്ചു. നാലുപേർ രക്ഷപ്പെടുകയും ചെയ്തു.

പാപബുദ്ധിയും ധർമബുദ്ധിയും

ധർമബുദ്ധിയും പാപബുദ്ധിയും നല്ല കൂട്ടുകാരായിരു
ന്നു.രണ്ടുപേരും അടുത്തടുത്ത് താമസിക്കുന്നവരുമാണ്. ധർമ
ബുദ്ധി പേരു പോലെ തന്നെ ധർമത്തിൽ വിശ്വസിക്കുന്നവനും
സത്യസന്ധനും എല്ലാ നല്ല ഗുണങ്ങളും തികഞ്ഞവനുമായിരു
ന്നു. പേരുപോലെ പാപബുദ്ധിയുടെ ബുദ്ധിയും പ്രവൃത്തിക
ളും സ്വഭാവവും എല്ലാം പാപങ്ങൾ നിറഞ്ഞതായിരുന്നു. വേ
ണമെങ്കിൽ പാപബുദ്ധിയെ ദുഷ്ടബുദ്ധി എന്നു വിളിക്കുന്ന
തിൽ തെറ്റൊന്നുമില്ല.

ഈ ദുഷ്ടബുദ്ധി എപ്പോഴും ധർമബുദ്ധിയോട് "നമു
ക്ക് ഒരുമിച്ച് ഒരു നീണ്ടയാത്ര പോകണം" എന്നു പറഞ്ഞു
കൊണ്ടേയിരുന്നു. ആദ്യമാദ്യം ധർമബുദ്ധി അതിൽ താൽപര്യ
മൊന്നും കാണിച്ചില്ല. നിർബന്ധം സഹിക്കാതെ വന്നപ്പോൾ
"ശരി, നമുക്ക് യാത്രപോകാം" എന്നു ധർമബുദ്ധി പാപബുദ്ധി
ക്ക് വാക്ക് കൊടുത്തു.

ധർമബുദ്ധിയെയും കൂട്ടി നടന്ന് എങ്ങിനെയെങ്കിലും ര
ണ്ടുപേർക്കും കൂടി കുറെ പണം സമ്പാദിക്കണം. ഒരു വിധം ന
ല്ല സമ്പാദ്യം രണ്ടുപേർക്കും കൂടി കിട്ടിയാൽ ധർമ ബുദ്ധിയെ
ചതിച്ച് അയാളുടെ സമ്പാദ്യവും സ്വന്തമാക്കണം എന്നെല്ലാമാ
യിരുന്നു പാപബുദ്ധിയുടെ ലക്ഷ്യം.

യാത്ര പുറപ്പെട്ട അവർ പല നാടുകളിലും എത്തി. ധർ മബുദ്ധിയുടെ ബുദ്ധിസാമർഥ്യം നിമിത്തം വിചാരിച്ചതിൽ കൂ ടുതൽ പണം ചെറിയൊരു കാലം കൊണ്ടു തന്നെ രണ്ടുപേർ ക്കും കൂടി നേടാനായി . സമ്പാദ്യവുമായി രണ്ടുപേരും സ്വന്തം നാട്ടിലേക്ക് മടങ്ങി.

താമസിക്കുന്ന ഗ്രാമത്തോടടുത്തപ്പോൾ ധർമബുദ്ധിയെ പാപബുദ്ധി ഇപ്രകാരം ഉപദേശിച്ചു.-" സുഹൃത്തേ നാം നാ ട്ടിൽ എത്താറായി. നമ്മുടെ കൈയിലാകട്ടെ ധാരാളം പണവു മുണ്ട്. നീണ്ട യാത്ര കഴിഞ്ഞ് വരുന്ന നമ്മുടെ കയ്യിൽ സമ്പാദ്യ മുണ്ടാകുമെന്നു കരുതി നാട്ടുകാർ പല സഹായങ്ങൾക്കായി വ ന്നു തുടങ്ങും. ആദ്യം ബന്ധുക്കളാണ് വരിക, പിന്നെ അവ രിൽ നിന്ന് കാര്യങ്ങളറിഞ്ഞാൽ സുഹൃത്തുക്കൾ വരും പിന്നെ നാട്ടുകാരും വരും. അതുകൊണ്ട് നമ്മുടെ പണപ്പെട്ടികൾ ജന ങ്ങൾ താമസിക്കാത്ത അടുത്ത പ്രദേശത്തെങ്ങാനും ഭദ്രമായി മണ്ണിനടിയിൽ സൂക്ഷിക്കുക. അത്യാവശ്യം പണം മാത്രം ക യ്യിൽ വെച്ചാൽ മതി. പിന്നെ പണം തീരുമ്പോൾ നമുക്ക് ആ രും കാണാതെ വന്ന് വേണ്ടത് എടുക്കുകയും ചെയ്യാം.

കൂടുതലൊന്നും ആലോചിക്കാൻ നിൽക്കാതെ ധർമബു ദ്ധി ഇത് സമ്മതിച്ചു. ആൾപാർപ്പിടമില്ലാത്ത സ്ഥലത്ത് വലി യൊരു മരത്തിന്റെ ചുവട്ടിൽ രണ്ടുപേരും കൂടി പണപ്പെട്ടി കുഴി യിൽ വെച്ച് ആർക്കും സംശയം തോന്നാത്ത വിധത്തിൽ മൂടി. എല്ലാം സുരക്ഷിതമാക്കി രണ്ടുപേരും യാത്ര തുടർന്ന് സ്വന്തം വീടുകളിൽ എത്തിച്ചേർന്നു.

അന്നു രാത്രി പാപബുദ്ധിക്ക് ഉറക്കം വന്നില്ല. എങ്ങനെയെങ്കിലും ആ പണപ്പെട്ടി തന്റെ വീട്ടിൽ എത്തിക്ക ണം എന്നായിരുന്നു അയാളുടെ ചിന്ത. എന്തായാലും അതെടു ത്ത് സ്വന്തമാക്കണമെന്നുതന്നെ അയാൾ ഉറപ്പിച്ചു. പിറ്റേന്ന് നേ രം പുലരും മുൻപുതന്നെ പാപബുദ്ധി ആൽമരച്ചുവട്ടിലെത്തി. കുഴിയിൽ നിന്ന് പണപ്പെട്ടിയെടുത്ത് ഒരു സംശയവും ഉണ്ടാ ക്കാത്തവിധം കുഴിമൂടി പുലരും മുമ്പേ അയാൾ വീട്ടിലെത്തി

പണപ്പെട്ടി വളരെ രഹസ്യമായി ഒളിപ്പിച്ചു.

ദിവസങ്ങൾ പലതും കഴിഞ്ഞു. ഒരു ദിവസം ധർമ്മബു ദ്ധിയുടെ വീട്ടിലെത്തിയ പാപബുദ്ധി "സുഹൃത്തേ, ഒരുപാട് ഓർക്കാത്ത ചെലവുകൾ എനിക്കുണ്ടായി. കൈയിൽ സൂക്ഷി ച്ച പണമെല്ലാം തീർന്നു. എന്തു ചെയ്യണമെന്നറിയുന്നില്ല. ന മ്മുടെ പണപ്പെട്ടി പോയെടുത്താലോ എന്ന് ചിന്തിച്ചാണ് ഞാൻ വന്നത് " എന്നു പറഞ്ഞു.

ധർമ്മബുദ്ധി ഈ ആവശ്യം അംഗീകരിച്ചു. പറ്റിയ ഒരു നേരം നോക്കി അവർ രണ്ടുപേരും ആ സ്വകാര്യ സ്ഥലത്തെ ത്തി. കുഴിച്ചിട്ട സ്ഥലം നന്നായി കിളച്ചു. കഷ്ടം എന്നല്ലാതെ എന്തു പറയാൻ. പണപ്പെട്ടി കുഴിയിൽ ഇല്ലായിരുന്നു. പാവം ധർമ്മബുദ്ധി വല്ലാതെ തളർന്നു. പാടുപെട്ടുണ്ടാക്കിയ പണം അ ത്യാവശ്യത്തിനു കൂടി ഉപയോഗിക്കാതെ സൂക്ഷിവെച്ച് ഒടുവിൽ ഒന്നുമില്ലാത്ത സ്ഥിതി. എത്ര കഷ്ടപ്പെട്ടാണ് ഇത്രയും പണം നേടിയത്. ഇങ്ങനെ ചിന്തിച്ച് ധർമ്മബുദ്ധിക്ക് വല്ലാത്ത തലകറ ക്കം വന്നു.

പാപബുദ്ധി ഈ സമയത്ത് സ്വന്തം തലയിലടിച്ച് വാവി ട്ട് കരഞ്ഞ് ധർമ്മബുദ്ധിയുടെ നേർക്ക് തിരിഞ്ഞ് " നീയാണത് മോഷ്ടിച്ചു കൊണ്ടുപോയത്. നമുക്ക് രണ്ടു പേർക്കുമല്ലാതെ മ റ്റാർക്കും ഈ സ്ഥലമറിയില്ല. നീ കട്ടെടുത്ത് എൻ്റെ പണം കൂടി സ്വന്തമാക്കിയതാണ്. എൻ്റെ പണം ഉടനെ തരണം തരാത്തപ ക്ഷം ഞാൻ രാജാവിനെ മുഖം കാണിച്ച് പരാതി കൊടുക്കും. "എന്നിങ്ങനെ വിളിച്ചു പറഞ്ഞു കൊണ്ടിരുന്നു.

പണം പോയി പരവശനായിരിക്കുകയായിരുന്ന ധർമ്മബു ദ്ധിക്ക് ഇത് ഒരടികൂടിയായി. " ഞാൻ പേരുപോലെ തന്നെ ധർ മ്മബുദ്ധിയാണ്, സത്യസന്ധനാണ്. ഒരിക്കൽ പോലും ഞാൻ ക ളവു പറയുകയോ, ചെയ്യുകയോ ചെയ്തിട്ടില്ല. എൻ്റെ സുഹൃ ത്തായ നീ എന്നെ വിശ്വസിക്കാത്തത് വല്ലാത്ത കഷ്ടം തന്നെ " എന്ന് ധർമ്മബുദ്ധി പറഞ്ഞു.

ഇതിലൊന്നും അടങ്ങുന്ന സ്വഭാവക്കാരനായിരുന്നില്ല പാ

പബുദ്ധി. അയാൾ പിന്നെയും ധർമബുദ്ധിയെ പലതരത്തിൽ ചീത്ത പറഞ്ഞു. രാജകൊട്ടാരത്തിലെ ന്യായാധിപന്റെ മുന്നിൽ ച്ചെന്ന് പരാതി ബോധിപ്പിച്ചു.

പരാതിയെല്ലാം കേട്ട ന്യായാധിപന്റെ വിധി ഇതായിരു ന്നു. " ഇത് വലിയ കളവുതന്നെ. സത്യം തെളിയാൻ നിങ്ങൾ ര ണ്ടുപേരും തിളച്ച നെയ്യിൽ കൈ മുക്കണം. ആരുടെ കൈയാ ണോ പൊള്ളുന്നത് അയാൾ തന്നെ കള്ളൻ.

ഇതു കേട്ട് പാപബുദ്ധിക്ക് മനസ്സിൽ നല്ല ഭയമായി അ തൊന്നും പുറത്തു കാണിക്കാതെപാപബുദ്ധി പുതയൊരടവ് ഉപയോഗിച്ചു. " പ്രഭോ, ഈ ശിക്ഷ ശരിയല്ല. ഒരു പരാതി വ ന്നാൽ രേഖകളും തെളിവുകളും സാക്ഷികളും എല്ലാം ഉണ്ടോ എന്ന് നോക്കണം. ഒന്നുമില്ലെങ്കിലേ ഇത്തരം ശിക്ഷകൾ നൽ കാൻ പാടുള്ളൂ. അതാണ് നീതി. എന്റെ പരാതിക്ക് വലിയെയൊരു സാക്ഷിയുണ്ട്. സാക്ഷാൽ വൃക്ഷദേവനായ ആൽമരം. ആ സാ ക്ഷിതന്നെ തെളിയിക്കട്ടെ ആരാണ് കള്ളൻ എന്നത് " പാപബു ദ്ധി സ്വന്തം നിലപാട് വിശദീകരിച്ചു.

പാപബുദ്ധി പറഞ്ഞതാണ് ശരിയെന്ന് കോടതിയിൽ ഉ ണ്ടായിരുന്നവരും അംഗീകരിച്ചു. " നാളെ നമുക്ക് ആ വൃക്ഷ ച്ചുവട്ടിൽ പോയി തെളിവെടുക്കാം." എന്ന് ന്യായാധിപൻ ഉത്ത രവിട്ടു.

കാര്യങ്ങൾ താനുദ്ദേശിച്ച രീതിയിൽ നീങ്ങിയെന്ന് കരു തി അടുത്ത സൂത്രങ്ങൾക്ക് രൂപം കൊടുക്കാൻ പാപബുദ്ധി ഉ ടൻ വീട്ടിലെത്തി. പതുക്കെ അച്ഛന്റെ അടുത്ത് ചെന്ന് വളരെ വി നയത്തോടെ പാപബുദ്ധി പറഞ്ഞു:" അച്ഛാ, ഗൗരവമുള്ള ഒരു കാര്യമുണ്ട്. ഞാൻ ധർമബുദ്ധിയുടെ പണം മോഷ്ടിച്ച് നമ്മു ടെ വീട്ടിൽ രഹസ്യമായി വച്ചിട്ടുണ്ട്. ആ പണം നഷ്ടപ്പെടാൻ ഇടവരുത്തരുത്. അതിന് അച്ഛൻ എന്റെ കൂടെ നിന്നേ പറ്റൂ ."

വൃദ്ധനായ ആ അച്ഛൻ ചോദിച്ചു " എനിക്ക് ഇതിൽ ഒ ന്നും ചെയ്യാനാവില്ലെങ്കിലും എന്താണ് നിന്റെ ഉദ്ദേശ്യം? "

പാപബുദ്ധിക്ക് കുറച്ചാശ്വാസമായി. അച്ഛനോട് വിശദ

മായി തന്റെ പരിപാടി പറയാമെന്ന് അയാൾ ഉറപ്പിച്ചു. " അച്ഛാ, ആൾത്താമസമില്ലാത്ത ഒരു സ്ഥലത്ത് വലിയൊരാൽമരത്തിന്റെ ചുവട്ടിലാണ് പണപ്പെട്ടി കുഴിച്ചിട്ടിരുന്നത്. ആ മരത്തിന്റെ ഒരു ഭാഗത്ത് വലിയൊരു പൊത്തു കാണാം. ഒരാൾക്ക് സുഖമായി ഒളിച്ചിരിക്കാം. അതിരാവിലെ തന്നെ അച്ഛൻ ആ മരപ്പൊത്തിൽ ഒളിച്ചിരിക്കണം. ഞാനും കോടതിയിലെ ആൾക്കാരും വേഗം എത്തും. അവരുടെ മുമ്പിൽ വെച്ച് ആൽമരദേവതയെ സാക്ഷി യാക്കി ഞാൻ പണം കട്ടിട്ടില്ലെന്ന് സത്യം ചെയ്യും. ആ സമയം അച്ഛൻ ഉറക്കെപ്പറയണം " പണം കട്ടത് ധർമബുദ്ധിയാണ് " എന്ന്. മകന്റെ പരിപാടികൾ കേട്ട അച്ഛൻ അപ്രകാരം ചെയ്യാ മെന്ന് സമ്മതിച്ചു.

പാപബുദ്ധിയുടെ അച്ഛൻ നേരം പുലർന്നപ്പോൾ തന്നെ ആൽമരപ്പൊത്തിൽ കയറി ഒളിച്ചിരുന്നു. പാപബുദ്ധി ന്യായാ ധിപനോടൊപ്പം ധർമബുദ്ധിയേയും കൂട്ടി മരച്ചുവട്ടിൽ എത്തി. എല്ലാവരെയും സാക്ഷി നിർത്തി ഞാനല്ല പണം കട്ടത്. എന്ന് പറഞ്ഞതിനു ശേഷം " ആൽദേവതേ, ഞാനാണോ അതോ ധർമബുദ്ധിയാണോ പണം കട്ടത്? " എന്ന് ചോദിച്ചു. ചോദ്യം അവസാനിച്ചതും " എല്ലാവരും ശ്രദ്ധിച്ചു കേൾക്കുക. ധർമ്മ ബുദ്ധിയാണ് പണം കട്ടത്" എന്നൊരു ശബ്ദം ആൽമരത്തിൽ നിന്നു പുറത്തുവന്നു.

അവിടെ കൂടിയിരുന്നവർക്കെല്ലാം വലിയ അദ്ഭുതമായി. ആൽമരദേവത തന്നെ പറഞ്ഞ സ്ഥിതിക്ക് ധർമബുദ്ധിയെ ശി ക്ഷിക്കാൻ അവിടെയുണ്ടായിരുന്ന ന്യായാധിപനും മറ്റും തീരു മാനിച്ചു.

ധർമബുദ്ധി പതറിയില്ല. ഈ നടന്ന സംഭവത്തിൽ ത ന്ത്രപൂർവമായ വലിയ ചതിയെക്കുറിച്ച് ധർമബുദ്ധി ചിന്തിച്ചു. ആൽമരച്ചുവട്ടിൽ കിടന്ന കുറെ ഉണങ്ങിയ കമ്പുകളും കരിയി ലകളുമെല്ലാം വാരിയെടുത്ത് ധർമബുദ്ധി ആൽമരത്തിനു ചുവ ട്ടിൽ തീയിട്ടു.ഉണങ്ങിയ സാധനങ്ങളെല്ലാം അതിലിട്ടു. നല്ല പു കയും തീയും പടർന്നു. പെട്ടെന്നതാ മരപ്പൊത്തിൽ നിന്നൊ

രാള്‍ " അയ്യോ, വെന്തു പോവുന്നേ " എന്ന് കരഞ്ഞ് പറഞ്ഞ്
പുറത്തേക്ക് ചാടുന്നു.

മറ്റൊരു മഹാത്ഭുതം നടന്നത് വിശ്വസിക്കാനാവാതെ
എല്ലാവരും അങ്ങോട്ടുമിങ്ങോട്ടും നോക്കി നിന്നു. പിന്നെ എ
ല്ലാവരും കൂടി മേലാകെ പൊള്ളലേറ്റ് കരിഞ്ഞ വസ്ത്രത്തോടു
കൂടിയ ആ വയസ്സനെചോദ്യം ചെയ്തു.

പേടിച്ച് വിറച്ച് തീപ്പൊള്ളലേറ്റ വേദന കടിച്ചുപിടിച്ച് ആ
പാവം വൃദ്ധനായ അച്ഛന്‍ തന്റെ മകന്റെ തന്ത്രങ്ങളെല്ലാം മണി
മണിയായി പറഞ്ഞു.

ന്യായാധിപന്‍ ഒട്ടും താമസിക്കാതെ രക്ഷാപുരുഷന്മാ
രോട് പറഞ്ഞു. " ഈ പാപബുദ്ധിയെ കൈകാല്‍ ബന്ധിച്ച്
ഈ ആല്‍മരക്കൊമ്പില്‍ തന്നെ കെട്ടിത്തല്ലിക്കൊല്ലുക."

ബ്രാഹ്മണകുമാരനും ഞണ്ടും

ഒരു ബ്രാഹ്മണകുമാരനും അമ്മയും ഗ്രാമത്തിലെ ചെ
റിയ വീട്ടിൽ താമസിക്കുന്നുണ്ടായിരുന്നു. അച്ഛനില്ലാത്തതുകൊ
ണ്ട് മകന്റെ എല്ലാ കാര്യങ്ങളിലും നല്ല ശ്രദ്ധയായിരുന്നു അമ്മ
യ്ക്ക്. ഒരേയൊരു മകന് ഒരാപത്തും വരരുത് വന്നാൽ തനിയ്
ക്കാരും തുണയില്ല എന്നിങ്ങനെയായിരുന്നു അമ്മയുടെ ചിന്ത
കൾ.

ഒരിക്കൽ ബ്രാഹ്മണകുമാരന് ഒരത്യാവശ്യത്തിന് ദൂരെ
യുള്ള ചെറിയ പട്ടണത്തിലേക്ക് പോകേണ്ടി വന്നു. മകൻ പുറ
പ്പെട്ട് അമ്മയോട് യാത്ര പറഞ്ഞു. "ഉണ്ണീ, നീ ഒറ്റയ്ക്ക് ഇത്രയും
ദൂരം പോകേണ്ടേ ? കൂട്ടിന് ആരെയെങ്കിലും കൂട്ടിയാലേ എനി
ക്ക് സമാധാനമുള്ളൂ. " എന്ന് അമ്മ വേദനയോടെ പറഞ്ഞു.

" അമ്മ ഒട്ടും പേടിക്കേണ്ട എന്തായാലും പോകണം ഒ
റ്റയ്ക്ക് പോകുന്നതിൽ എനിക്ക് പേടിയില്ല. അത്ര മോശം വഴി
യൊന്നുമല്ല എന്നും എനിക്കറിയാം;" എന്ന് മകൻ തന്റെ തീരു
മാനം ഉറപ്പിച്ചു.

അമ്മയ്ക്ക് ഇതൊന്നും സമാധാനം കൊടുത്തില്ല.അവർ
ഉടനെ ഓടി കുളത്തിന്റെ കരയിലെത്തി. ഒരു ഞണ്ടിനെയാണ്
കുളക്കരയിൽ നിന്നു കിട്ടിയത്. ഞണ്ടിനെ പിടിച്ചു കൊണ്ട് വ
ന്ന് ഉണ്ണിക്ക് കൊടുത്ത് "ഇതെങ്കിലും തുണയ്ക്ക് ഇരിക്കട്ടെ"

എന്ന് അമ്മ പറഞ്ഞു.

ബ്രാഹ്മണകുമാരൻ ആ ഞണ്ടിനെ കർപ്പൂരം സൂക്ഷി
ക്കുന്ന ചെപ്പിനകത്തിട്ട് തന്റെ സഞ്ചിക്കകത്ത് വെച്ച് യാത്ര പു
റപ്പെട്ടു. കുറേ ദൂരം വെയിൽകൊണ്ട് നടന്ന് തളർന്നപ്പോൾ ഒര
ല്പം വിശ്രമിക്കാൻ തീരുമാനിച്ച ബ്രാഹ്മണകുമാരൻ അടുത്തു
ള്ള ഒരു മരണത്തണലിൽ പോയി കിടന്ന് ഒന്നുറങ്ങി.

മരത്തിന്റെ പൊത്തിൽ പാർത്തിരുന്ന ഒരു പാമ്പ് കർപ്പൂ
ര മണം അറിഞ്ഞ് പതുക്കെ താഴെയിറങ്ങി വന്ന് ബ്രാഹ്മണകു
മാരന്റെ സഞ്ചിക്കകത്ത് കയറി. കർപ്പൂരച്ചെപ്പ് കടിച്ച് അതിനു
ള്ളിലെ കർപ്പൂരം തിന്നുകയായിരുന്ന പാമ്പിനെ ഞണ്ട് പതു
ക്കെ കഴുത്തിൽ ഇറുക്കിപ്പിടിച്ച് കൊന്നു. ഉറക്കമുണർന്ന ബ്രാ
ഹ്മണകുമാരൻ കർപ്പൂരച്ചെപ്പു തുറന്ന് കിടക്കുന്നതും ഒരു പാ
മ്പ് ചത്തു കിടക്കുന്നതും കണ്ട് അദ്ഭുതപ്പെട്ടു.

"അമ്മ പറഞ്ഞത് ശരിയായിരുന്നു. ഞണ്ടിനെ കൂടെ ത
ന്നയച്ചത് കാരണം എനിക്ക് ഒരാപത്തും വന്നില്ല. ഞണ്ടു ത
ന്നെയാണ് പാമ്പിന്റെ കഥ കഴിച്ചു എന്നെ രക്ഷിച്ചത്. ആപ
ത്തിൽ തുണയ്ക്കുന്നവർ സമ്പത്തിലും തുണക്കാതിരിക്കില്ല"
എന്നിങ്ങനെ ചിന്തിച്ച് ബ്രാഹ്മണകുമാരൻ തന്റെ യാത്ര തുടർ
ന്നു.

സന്ന്യാസിചമഞ്ഞ കാട്ടുപൂച്ച

കാക്കയും കുരുവിയും നല്ല കൂട്ടുകാരായി ഒരേ മരത്തിൽ താമസിക്കുകയായിരുന്നു. കാക്ക മുകളിലൊരു കൊമ്പിൽ കൂടുകൂട്ടി. അതിനു താഴെയുള്ള ഒരു പൊത്തിൽ സുഖമായിരിക്കാൻ സൗകര്യമൊരുക്കി കുരുവിയും വളരെ സുഖമായി കഴിഞ്ഞു. രണ്ടുപക്ഷികളും സന്ധ്യക്ക് ഒന്നിച്ചിരുന്നു അന്നന്നത്തെ സംഭവങ്ങൾ പരസ്പരം പറയും.

ഒരു ദിവസം നേരം സന്ധ്യമയങ്ങിയിട്ടും കുരുവി മടങ്ങിയെത്തിയില്ല. കാക്ക മരക്കൊമ്പിലിരുന്ന നാലു പാടും നോക്കി കാ,കാ,കാ,കാ എന്ന് നീട്ടി കരഞ്ഞു. ഇരുട്ടു പരന്നതോടെ കാക്കക്ക് പരിഭ്രമമായി. ഒന്നു രണ്ടു ദിവസം കാക്ക കൂട്ടുകാരനെത്തേടി പല വഴിക്കും പോയി. കുരുവിയെക്കുറിച്ച് ഒന്നും മനസ്സിലാക്കാൻ കഴിഞ്ഞില്ല. കുറച്ച് ദിവസങ്ങൾ കൂടി കഴിഞ്ഞ തോടെ കാക്ക സന്ധ്യക്ക് കൂടണയുമ്പോൾ കുരുവിക്കൂട്ടിലേക്കൊന്നു നോക്കി. അതാ അതിനകത്ത് ഒരു മുയൽ കയറി താമസിക്കുന്നു.

ആഴ്ചകൾ തന്നെ കഴിഞ്ഞു. അപ്പോഴതാ നന്നായി നെല്ലും മറ്റും തിന്ന് തടിച്ചുമിനുങ്ങി കുരുവി തിരിച്ചെത്തി. മാളത്തിലേക്ക് കയറാൻ തുനിഞ്ഞപ്പോൾ ഒരു മുയൽ ചുരുണ്ട് കൂടി കിടക്കുന്നു. കുരുവി മുയലിനോട് ഉടൻ മാളം വിട്ട് പോകാൻ കൽ

ക്കശമായി പറഞ്ഞു. മുയൽ നല്ല സമർഥനായിരുന്നു. "ഇത് നി
ന്റെ സ്വന്തമൊന്നുമല്ല, ഇപ്പോൾ ഞാനാണിതിന്റെ അവകാശി.
ഒരിക്കൽ വിട്ടുപോയാൽ പിന്നെ കുളത്തിന്റെയും തടാകത്തി
ന്റെയും മരത്തിന്റെയും ഒന്നും അവകാശം നിലനിൽക്കില്ല" എ
ന്ന് ന്യായങ്ങൾ നിരത്തി കുരുവിയെ എതിർത്തു.

ഒടുവിൽ കുരുവി പറഞ്ഞു-നമുക്ക് ഈ കാര്യത്തിൽ ഒ
രു തീർപ്പുണ്ടാക്കാൻ ഏതെങ്കിലും പണ്ഡിതനെ കണ്ടുപിടി
ക്കാം. രണ്ടു പേർക്കും പറയാനുള്ളത് കേട്ട് അദ്ദേഹം എന്തു പ
റയുന്നുവോ അത് സ്വീകരിക്കാം മുയൽ ഇതംഗീകരിച്ചു.

ഇതെല്ലാം കണ്ടും കേട്ടും ഒരു കാട്ടുപൂച്ച മരത്തിനടി
യിൽ നിൽപുണ്ടായിരുന്നു. കാട്ടുപൂച്ച ഉടനെ അടുത്ത പുഴയോ
രത്തേക്ക് ഓടി. ദർഭപ്പുൽ ഇട്ട് കണ്ണുകളടച്ച് ധർമങ്ങളുടെ മഹ
ത്വത്തെക്കുറിച്ച് പറയാൻ തുടങ്ങി. " ലോകജീവിതം നിസ്സാരമാ
ണ് ധർമത്തിന്റെ വഴിയിൽ കൂടി മാത്രം സഞ്ചരിക്കുക, എപ്പോ
ഴും ഉപകാരങ്ങൾ മാത്രം ചെയ്യുക, ആരെയും ദ്രോഹിക്കരുത്,
പാപകർമങ്ങളൊന്നും ചെയ്യരുത്" എന്നിങ്ങനെ കാട്ടുപൂച്ച ആ
വർത്തിച്ചു പറഞ്ഞുകൊണ്ടിരുന്നു.

പണ്ഡിതനെ അന്വേഷിച്ചിറങ്ങിയ മുയലും കുരുവിയും
പുഴയോരത്ത് കണ്ണടച്ച് ധർമത്തെക്കുറിച്ച് കാട്ടുപൂച്ച വാതോരാ
തെ പറയുന്നതു കേട്ട് "ഇതാ ധർമമാർഗത്തിൽ ജീവിക്കുന്ന ഒ
രു പണ്ഡിതൻ, ഇദ്ദേഹത്തെ സമീപിക്കാം" എന്ന് മുയൽ പറ
ഞ്ഞു. " അടുത്തു പോവേണ്ട, ആപത്താണ് ഇരിക്കുന്നത് ന
മ്മുടെ ശത്രുവായതിനാൽ പിടികിട്ടാത്ത അത്രയും ദൂരെ നിന്ന്
കാര്യങ്ങൾ പറയാം " എന്ന് കുരുവി നിർദേശിച്ചു.

രണ്ടുപേരും കുറേ ദൂരെ നിന്ന് സന്ന്യാസി പൂണ്ടിരിക്കു
ന്ന കാട്ടുപൂച്ചയോട് അവർക്കിടയിലുണ്ടായിരിക്കുന്ന തർക്കം വി
ശദമാക്കി. ഈ തർക്കം ധർമമനുസരിച്ച് തീർക്കാം, അങ്ങ് കുറ്റ
വാളിയാണെന്ന് കണ്ടെത്തുന്നത് ആരെയാണോ അതിനെ പി
ടിച്ചുതിന്നാനും അധികാരം തരുന്നു " എന്ന് രണ്ടു പേരും പ
റഞ്ഞു.

കാട്ടുപൂച്ച വളരെയേറെ വേദന കടിച്ചുപിടിക്കുന്ന രീ
തിയിൽ ഇപ്രകാരം സംസാരിച്ചു. ഞാൻ ധർമത്തിൽ മാത്രം മ
നസ്സുറപ്പിച്ചു കഴിഞ്ഞു. ഒന്നിനേയും കൊന്നു തിന്നാറില്ല. നി
ങ്ങൾ ധൈര്യമായി എന്റെ അടുത്തു വരിക. ചെവി നന്നേ കുറ
വാണ്. ശരിക്കും കേൾക്കാൻ കുറച്ചുകൂടി അടുത്തുവന്നു പറയ
ണം.

ഇതുകേട്ടും കാട്ടുപൂച്ചയുടെ പാവത്തെപ്പോലെയുള്ള ഇ
രിപ്പും കണ്ട് വിശ്വാസം വന്ന മുയലും കുരുവിയും കാട്ടുപൂച്ച
യുടെ അടുത്തേയ്ക്ക് ചെന്നു. കൈയെത്തും ദൂരത്ത് എത്തിയ
കുരുവിയുടെയും മുയലിന്റെയും മീതെ ചാടിവീണ കാട്ടുപൂച്ച
യ്ക്ക് അന്നത്തെ ഇര വലിയ ശ്രമങ്ങളൊന്നും ഇല്ലാതെ കിട്ടി.

പെൺകുരുവിയുടെ പക

കാട്ടിലെ വലിയൊരു മരത്തിൽ ഒരാൺകുരുവിയും പെൺകുരുവിയും കുഞ്ഞിക്കുരുവികളും സന്തോഷത്തോടെ കഴിയുകയായിരുന്നു. പെൺകുരുവി വീണ്ടും മുട്ടയിട്ട സമയത്ത് ഒരു ദിവസം ഉച്ചയോടെ വലിയൊരാന ആ മരത്തണലിൽ വന്ന് വിശ്രമിച്ചു. കുറച്ചു കഴിഞ്ഞപ്പോൾ അവൻ തുമ്പിക്കൈ ഉയർത്തി രണ്ടു മൂന്ന് മരക്കൊമ്പുകൾ പിടിച്ചു ഒടിച്ചിട്ടു. ആ കൊമ്പിലായിരുന്നു കുരുവിക്കൂട്. പുതിയ മുട്ടകളെല്ലാം നിലത്തു വീണു ഉടഞ്ഞു. ഇത് പെൺകുരുവിയെ വല്ലാതെ ദു:ഖിപ്പിച്ചു. ആ പെൺകുരുവി നിർത്താതെ കരയുന്നത് കേട്ട് ഒരു സുഹൃത്തായ മരം കൊത്തി പാറിവന്ന് " സാരമില്ല,പോയതിനെക്കുറിച്ച് ദു:ഖിക്കുന്നത് ബുദ്ധിമോശമാണ് , ഈ ദു:ഖത്തിന് പരിഹാരം കാണാൻ ശ്രമിക്കുകയാണ് വേണ്ടത്" എന്ന് ഉപദേശിച്ചു.

കുരുവിക്കും അത് ശരി എന്ന് ബോദ്ധ്യം വന്നു. ആ പെൺകുരുവി പറഞ്ഞു- " പകരം വീട്ടണം, നശിച്ച ആ ആനയെ കൊന്നാലേ എൻ്റെ കുട്ടികൾക്കു നാശം വന്നതിലുള്ള ദു:ഖം തീരു."

" ശരി തന്നെ , പക്ഷെ അത്ര എളുപ്പമല്ല ഒരാനയെ കൊല്ലുക എന്നത്. നമ്മുടെ കഴിവും വളരെ ചെറുതല്ലേ ? എന്നാലും നമുക്കൊരു ശ്രമം നടത്താം. ഞാനൊരു കാര്യം ചെയ്യാം, എ

ന്റെ കൂട്ടുകാരിയായി നല്ലൊരു തേനീച്ചയുണ്ട്. ആ തേനീച്ചയെ കൂട്ടിക്കൊണ്ട് വന്ന് നമുക്ക് സഹായം ചോദിക്കാം" – മരംകൊ ത്തി സമാധാനിപ്പിച്ചു.

തേനീച്ചയേയും കൂട്ടി വന്ന മരംകൊത്തി കുരുവിയുടെ ദു:ഖങ്ങൾ വിവരിച്ചു കൊടുത്തു. ഇതിലെന്തെങ്കിലും സഹാ യം തന്നേ പറ്റൂ എന്നു മരംകൊത്തി അപേക്ഷിച്ചു.

" തീർച്ചയായയും നമുക്കു നോക്കാം. ഞാൻ എന്റെ സു ഹൃത്തായ തവളയെ വിവരം അറിയിച്ച് അവനേയും കൂട്ടിവന്ന് എന്ത് ചെയ്യാം എന്ന് നോക്കട്ടെ" എന്ന് പറഞ്ഞ് തേനീച്ച പോ യി.

ഉടൻ തന്നെ തവളേയും കൂട്ടി തേനീച്ച എത്തി. മരംകൊ ത്തിയും കുരുവിയും അവരെ സന്തോഷത്തോടെ സ്വീകരിച്ചു. തവള തന്റെ മനസ്സിലുള്ള പരിപാടി ഇങ്ങിനെ അവതരിപ്പിച്ചു.-

ഉച്ചനേരത്ത് തേനീച്ച ആനയ്ക്കടുത്ത് പോയി ചെവി യിൽ നല്ല ശബ്ദം കേൾപ്പിച്ചുകൊണ്ടിരിക്കണം. മധുരമായ ആ ശബ്ദം കേട്ടാൽ ആന കണ്ണുകളടച്ചു കിടക്കും. ആ തക്കം നോ ക്കി മരംകൊത്തി ആനയുടെ കണ്ണുകൾ പെട്ടെന്നുതന്നെ കൊ ത്തിപ്പൊട്ടിക്കണം . കണ്ണുകൾ കാണാതെ ദാഹജലം തേടി അ വൻ നടക്കുമ്പോൾ ഞാനൊരു ചളിക്കുണ്ടിലിരുന്ന ശബ്ദമു ണ്ടാക്കിക്കൊണ്ടിരിക്കും. വെള്ളംനിറഞ്ഞ കുളമാണെന്ന് കരു തി ആന ചളിക്കുണ്ടിലിറങ്ങിയാൽ പിന്നെ അവന് കാലും കൈ യും എടുക്കാനാവില്ല. അവനതിൽക്കിടന്ന് ചത്തു വീഴും".

കുരുവിയ്ക്കും തേനീച്ചയ്ക്കും മരംകൊത്തിക്കും ഈ പരിപാടി നല്ല ഇഷ്ടായി. തവള പറഞ്ഞമാതിരിത്തന്നെ കാര്യ ങ്ങൾ നടന്നു. ചളിക്കുണ്ടിലിരുന്നു കരയ്ക്കു കയറാനാവാതെ ആന അതിൽ വീണ് ചത്തു.

എലി ഇരുമ്പു തിന്നപ്പോൾ

നല്ലൊരു ഇരുമ്പു കച്ചവടക്കാരനായിരുന്നു ധനപാലൻ. കുറച്ചുകാലം അന്യനാട്ടിൽ പോയി കച്ചവടം നടത്തി പണമുണ്ടാക്കണം എന്ന് ധനപാലൻ ആഗ്രഹിച്ചു.

ധനപാലന്റെ അയൽക്കാരനും കച്ചവടക്കാരനായിരുന്നു. പതിനായിരം കിലോഗ്രാം ഇരുമ്പ് അയൽക്കാരന്റെ വീട്ടിൽ സൂക്ഷിക്കാൻ ധനപാലൻ ആഗ്രഹം പ്രകടിപ്പിച്ചപ്പോൾ അയാളത് ,സമ്മതിച്ചു. അങ്ങിനെ ഇരുമ്പെല്ലാം അയൽക്കാരന്റെ വീട്ടിൽ ഭദ്രമായി സൂക്ഷിച്ച് ധനപാലൻ അന്യനാടുകളിലേക്ക് പോയി. കുറേക്കാലം പല സ്ഥലങ്ങളിലും കച്ചവടം നടത്തി നാട്ടിൽ മടങ്ങിയെത്തിയ അദ്ദേഹം അയൽക്കാരന്റെ വീട്ടിൽച്ചെന്ന് സൂക്ഷിക്കാനേൽപ്പിച്ച ഇരുമ്പ് തിരിച്ചുതരാൻ ആവശ്യപ്പെട്ടു.

വളരെ ദു:ഖിതനായി അയൽക്കാരൻ പറഞ്ഞു. എന്റെ പൊന്നു ചങ്ങാതി വല്ലാത്തൊരു കഷ്ടമാണ് ഉണ്ടായത്. ഒതു തരിപോലും ഇരുമ്പ് ബാക്കിവെക്കാതെ എലികൾ അത്രയും തിന്നു തീർത്തു. താങ്കൾ വന്നാൽ എന്തുപറയുമെന്നോർത്ത് വേവലാതിപ്പെട്ടാണ് ഞാൻ ദിവസങ്ങൾ നീക്കുന്നത്.

ധനപാലൻ ഒരു ഭാവവ്യത്യാസവും കാണിക്കാതെ അയൽക്കാരനെ ആശ്വസിപ്പിച്ചുകൊണ്ടു പറഞ്ഞു.-കഷ്ടം തന്നെ

യാണിത് എന്നാൽ അങ്ങ് ഇതിൽ കുറ്റക്കാരനല്ല. എലികൾ രാ
ത്രിയിൽ ഇരുമ്പ് മുഴുവൻ തിന്നു തീർത്താൽ ആർക്കെന്തു ചെ
യ്യാനാവും. സാരമില്ല ഏതായാലും ഞാനൊന്ന് കുളിക്കട്ടെ. പു
ഴയിൽ കുളിച്ച് കുറെക്കാലമായി. പിന്നെ കുറച്ച് എണ്ണ വേണ
മായിരുന്നു അങ്ങയുടെ മകനെ ഒന്നു കൂടെ അയക്കാൻ പറ്റു
മോ ?

അയൽക്കാരന് എതിർത്തു പറയാൻ കഴിഞ്ഞില്ല. അയാൾ
മകനോട് എണ്ണയും തോർത്തുമായി ധനപാലന്റെ കൂടെ പുഴ
ക്കരയിലേക്ക് പോകാനാവശ്യപ്പെട്ടു.

എണ്ണയും തോർത്തുമെടുത്ത് വന്ന അയൽക്കാരന്റെ മ
കനോടൊപ്പം ധനപാലൻ പുഴക്കരയിലേക്ക് പോയി.

എണ്ണതേച്ച് സുഖമായി കുളിച്ചുകയറിയ ധനപാലൻ അ
യൽക്കാരന്റെ മകനെ ആരും കാണാത്ത ഒരു സ്ഥലത്ത് ബലമാ
യി ഒളിപ്പിച്ച് കെട്ടിയിട്ട് അയൽവാസിയുടെ അടുത്തെത്തി വള
രെ ദുഃഖിതനായി നിന്നു. "മകനെവിടെ, നിങ്ങളുടെ കൂടെ വന്ന
തല്ലേ, അവനെക്കൂട്ടാതെ വന്നുവോ".   എന്നിങ്ങനെ അയൽ
ക്കാരൻ ഉത്ക്കണ്ഠയോടെ ചോദിച്ചുകൊണ്ടിരുന്നു.

" ഞാനെന്തു ചെയ്യാൻ ? സുഹൃത്തേ, എണ്ണതേച്ച് ഞാൻ
കുളിക്കുന്നതിനിടയിൽ വലിയൊരു പരുന്ത് പാറി വന്ന് കുട്ടി
യെ റാഞ്ചിയെടുത്ത് പറന്നു പോയി. പുഴയിൽ നിന്ന് ഞാനോ
ടി തീരത്തെത്തും മുൻപ് തന്നെ പരുന്ത് അങ്ങയുടെ മകനേ
യും കൊണ്ട് എങ്ങോ പാറിമറഞ്ഞു. എന്തൊരു കഷ്ടമായിപ്പോ
യി" എന്ന് കരച്ചിലൊതുക്കിക്കൊണ്ട് ധനപാലൻ പറഞ്ഞു.

അയൽക്കാരന് ഇത് വിശ്വസിക്കാനായില്ല. അയാൾ ഒച്ച
യെടുത്ത് സംസാരിച്ചു തുടങ്ങി. " പരുന്ത് കുട്ടിയെ റാഞ്ചിയെ
ന്നോ ? എന്നെ വിഡ്ഢിയാക്കാൻ നോക്കേണ്ട. വേഗം എന്റെ
മകനെ കൊണ്ടുവന്ന് എന്നെ ഏല്പിക്കാത്ത പക്ഷം ഇത് രാ
ജാവിന്റെ മുൻപിലെത്തും" എന്നെല്ലാം അയാൾ പറഞ്ഞുകൊ
ണ്ടിരുന്നു.

" പരുന്തിന് മനുഷ്യക്കുട്ടിയെ റാഞ്ചിക്കൊണ്ടുപോകാൻ ആവില്ല എന്നത് സത്യമാണെങ്കിൽ എലികൾ ഇത്രയും ഇരുമ്പ് തിന്ന് തീർക്കുകയില്ല എന്നതും സത്യമാണ്. എന്റെ ഇരുമ്പ് തിരിച്ചു തരിക. അപ്പോൾ അങ്ങയുടെ മകന്റെ കാര്യവും ആലോചിക്കാം" എന്ന് ധനപാലനും ഉറച്ചു നിന്നു.

ശണ്ഠ മൂത്ത് പരാതിയുമായി അവർ രാജകൊട്ടാരത്തിലെത്തി. അയൽക്കാരൻ രാജാവിന്റെ മുമ്പിൽ തന്റെ മകനെ പകൽ സമയത്ത് കൊണ്ടുപോയി എവിടെയോ കളഞ്ഞുവന്ന ധനപാലന്റെ പ്രവൃത്തികൾ വിവരിച്ചു കരഞ്ഞു നിന്നു.

" മകനെ ഉടൻ തിരിച്ചു കൊടുക്കുക" എന്ന് രാജാവ് ഉത്തരവിട്ടു.

ഇതു കേട്ട് ധനപാലൻ പറഞ്ഞു " മഹാരാജാവേ, സത്യമായും പരുന്ത് കുട്ടിയെ റാഞ്ചി പറന്നുപോയി. ഞാൻ പുഴയിൽ കുളിക്കുകയായിരുന്നു. എനിക്കൊന്നും ചെയ്യാനും കഴിഞ്ഞില്ല."

ഈ വാദങ്ങൾ രാജാവിന് അംഗീകരിക്കാനായില്ല . "പരുന്ത് ഒരു മനുഷ്യക്കുട്ടിയെ എടുത്തു കൊണ്ടുപോയി എന്നത് ആരും വിശ്വസിക്കുകയില്ല. മകനെ ഉടൻ തിരിച്ചു കൊടുക്കണം " എന്ന് രാജാവ് വിധി പറഞ്ഞു.

അപ്പോൾ ധനപാലൻ പറഞ്ഞു. – " പ്രഭോ, എന്റെ കാര്യം കൂടി അങ്ങ് കേൾക്കണം. പതിനായിരം കിലോഗ്രാം ഇരുമ്പ് ഞാനിദ്ദേഹത്തെ സൂക്ഷിക്കാൻ ഏൽപ്പിച്ച് അന്യദേശങ്ങളിൽപോയി കച്ചവടം ചെയ്തു. അതെല്ലാം മതിയാക്കി തിരിച്ചു വന്നപ്പോൾ എന്റെ അയൽക്കാരനായ ഇദ്ദേഹം ഇരുമ്പെല്ലാം എലികൾ തിന്നു തീർത്തു എന്നാണ് പറഞ്ഞത്. അങ്ങനെ സംഭവിച്ച സ്ഥിതിക്ക് ഈ സംഭവവും ഒരൽഭുതമല്ലല്ലോ?".

ഇത്രയും കേട്ടതോടെ രാജാവ് കാര്യങ്ങൾ വിസ്തരിച്ചു പറയാൻ ധനപാലനോട് ആവശ്യപ്പെട്ടു. നടന്ന സംഭവങ്ങൾ എല്ലാം ധനപാലൻ വിസ്തരിച്ചു കൊടുത്തു. രാജാവും പരിചാ

രകരും ചിരിച്ചു.

ധനപാലന്റെ ഇരുമ്പ് തിരിച്ചുകൊടുക്കാനും അയൽക്കാ
രന്റെ മകനെ വിട്ടുകൊടുക്കാനും രാജാവ് കല്പിച്ചു.

കിട്ടാൻ വിധിച്ചത് കിട്ടും

പട്ടണത്തിലെ വലിയ കച്ചവടക്കാരനായ സാഗരദത്തന് ജ്ഞാനദത്തൻ എന്നും പേരുള്ള ഒരു മകനുണ്ടായിരുന്നു. ഒരു ദിവസം മകൻ പട്ടണത്തിൽ നിന്ന് ചെറിയ ഒരു പുസ്തകം വാങ്ങി. പുസ്തകത്തിന്റെ വിലയോ ? നൂറുറുപ്പിക. അന്നത്തെ നൂറുറുപ്പികയുടെ വില എത്ര വലുതാണെന്ന് ആലോചിച്ചു നോക്കുക ?

ആ പുസ്തകത്തിൽ ആകെ നാലുവരികൾ മാത്രമാണുണ്ടായിരുന്നത്. അപ്പോൾ നൂറുറുപ്പിക കൊടുത്ത് പുസ്തകം വാങ്ങിയ മകനോട് അച്ഛന് ദേഷ്യം വരാതിരിക്കുമോ ? നൂറുറുപ്പിക കൊടുത്ത് പുസ്തകം വാങ്ങിയ കാര്യം ജ്ഞാനദത്തൻ അച്ഛനോട് പറഞ്ഞു. അച്ഛൻ പുസ്തകം വാങ്ങി മറിച്ചു നോക്കി. നാലേ നാലുവരികൾ. ആ വരികളുടെ അർഥം ഇങ്ങിനെയായിരുന്നു.

മനുഷ്യന് കിട്ടാൻ വിധിച്ചത് കിട്ടും
ദേവൻമാർക്ക് പോലും അത് തടയാനാവില്ല
അതുകൊണ്ട് വ്യസനിക്കുന്നില്ല ദു:ഖിക്കുന്നില്ല
എന്റേത് എന്റേതുമാത്രം മറ്റൊരാളുടേതല്ല.

ഇതെല്ലാം കണ്ട് കലി കയറിയ സാഗരദത്തൻ മകനെ വീട്ടിൽ നിന്ന് പുറത്താക്കി.

ദു:ഖത്തോടെ ജ്ഞാനദത്തൻ വീടുവിട്ടിറങ്ങി വേറൊരു പട്ടണത്തിൽ എത്തി. അലഞ്ഞുനടക്കുന്ന ജ്ഞാനദത്തനോട് പലരും ആരാണ്, എന്താണിങ്ങനെ നടക്കുന്നത് എന്നിങ്ങനെ ചോദിച്ചു കൊണ്ടിരുന്നു. ജ്ഞാനദത്തൻ എല്ലാവരോടും പറ ഞ്ഞിരുന്നത് പുസ്തകത്തിലെ നാലു വരികൾ മാത്രം.

മനുഷ്യന് കിട്ടാൻ വിധിച്ചത് കിട്ടും
ദേവൻമാർക്ക് പോലും അത് തടയാനാവില്ല
അതുകൊണ്ട് വ്യസനിക്കുന്നില്ല ദു:ഖിക്കുന്നില്ല
എന്റേത് എന്റേതുമാത്രം മറ്റൊരാളുടേതല്ല.

അങ്ങിനെ ജ്ഞാനദത്തന് നഗരത്തിലെ ജനങ്ങൾ പേരിട്ടു "കി ട്ടാൻ വിധിച്ചതു കിട്ടും ".

കുറേ നാളുകൾ ജ്ഞാനദത്തൻ അങ്ങിനെ അലഞ്ഞുതിരിഞ്ഞു നടന്നു. ഒരു ദിവസം വൈകുന്നേരം ആ നഗരം ഭരിക്കുന്ന രാ ജാവിന്റെ മകൾ സഖിമാരോടൊപ്പം സഞ്ചരിക്കുകയായിരുന്നു. അതി സുന്ദരനായ ഒരു രാജകുമാരനെ കണ്ടപ്പോൾ രാജകുമാ രിക്ക് വല്ലാതെ പ്രേമമായി. കൂട്ടുകാരികളെ അദ്ദേഹത്തിന്റെ അ ടുത്തേക്ക് പറഞ്ഞയച്ചപ്പോൾ രാജകുമാരൻ ചോദിച്ചത് രാജകു മാരിയുടെ അന്ത:പുരത്തിലേക്ക് എങ്ങിനെയാണ് വരിക എന്നാ യിരുന്നു. തോഴി പറഞ്ഞു കൊടുത്ത വഴി ഇതായിരുന്നു. രാ ത്രിയിൽ വലിയ ഒരു കയർ അന്ത:പുരത്തിൽ നിന്ന് തൂക്കി താ ഴെയിട്ടുതരും ആ കയർ പിടിച്ച് കയറി അന്ത:പുരത്തിൽ വരിക.

സമയം രാത്രിയായി രാജകുമാരൻ നല്ല ആലോചനയി ലായിരുന്നു. രാജാവിന്റെ മകളാണ്. അവളുടെ അടുത്തേക്ക് ആ രുമറിയാതെ കള്ളനെപ്പോലെ പോവുന്നത് ശരിയല്ല. ചീത്തപ്പേ രും ശിക്ഷയുമെല്ലാം കിട്ടി ജീവിതം തന്നെ ഇല്ലാതാകാൻ ഇട യുണ്ട്. എന്നിങ്ങനെ ചിന്തിച്ച് ചിന്തിച്ച് ഒടുവിൽ പോകേണ്ട എ ന്ന് അദ്ദേഹം തീരുമാനിച്ചു.

തോഴിമാർ നേരത്തെപറഞ്ഞതുപോലെ അന്ത:പുര ത്തിൽ നിന്ന് കയർകെട്ടി താഴേക്ക് തൂക്കിയിട്ടിരുന്നു.

ജ്ഞാനദത്തൻ രാത്രിയിൽ അലഞ്ഞുനടക്കവേ ഈ ക

യർ കണ്ടു. ഇതെന്തിനാണ് എന്നറിയാൻ അയാൾക്ക് വലിയ ആഗ്രഹമായി. അയാൾ കയർ പിടിച്ച് പതുക്കെ കയറി രാജകു മാരിയുടെ അന്തഃപുരത്തിലെത്തി. രാജകുമാരി കുളിച്ചൊരുങ്ങി രാജകീയ മെത്തയിൽ ഇരിക്കുന്നുണ്ടായിരുന്നു. ജ്ഞാനദത്ത നെ കണ്ടതും അവൾ ഓടിച്ചെന്ന് സ്നേഹവാക്കുകൾ പറയാൻ തുടങ്ങി.

എല്ലാം കേട്ട് ജ്ഞാനദത്തൻ പറഞ്ഞു മനുഷ്യന് കി ട്ടാൻ വിധിച്ചത് കിട്ടും.

ഇതു കേട്ടപ്പോൾ രാജകുമാരി ശരിക്കുമൊന്ന് അയാളെ നോക്കി.പകൽ കണ്ട രാജകുമാരനല്ല ഇതെന്ന് അവൾക്ക് ബോ ദ്ധ്യമായി. ഉടനെ കോപിച്ച് ക്രൂരവാക്കുകൾ പറഞ്ഞ് അവൾ അ യാളെ താഴേക്ക് ഇറക്കിവിട്ട് പോകാൻ പറഞ്ഞു.

ജ്ഞാനദത്തൻ അവരിൽ നിന്നും ഓടിയെത്തിയത് ഇടി ഞ്ഞുപൊളിഞ്ഞ് കിടന്ന ഒരമ്പലത്തിലായിരുന്നു. അമ്പലം കാ വലിന്റെ ചുമതലയുള്ള ഭടൻ ജ്ഞാനദത്തനെക്കണ്ട് "നിങ്ങളാ രാണ് ? " എന്ന് ചോദിച്ചു.

ജ്ഞാനദത്തൻ പതിവു ശൈലിയിൽ പുസ്തകത്തിലെ " മനുഷ്യന് കിട്ടാൻ വിധിച്ചതു കിട്ടും...." എന്നുള്ള നാലുവരി കൾ ചൊല്ലി.

അമ്പലം കാവൽക്കാരായ ഭടന് അന്നു രാത്രി അമ്പല ത്തിൽ ചില രഹസ്യ ഏർപ്പാടുകൾ ഉണ്ടായിരുന്നതിനാൽ " ഇ വിടെ കിടന്നുറങ്ങേണ്ട എന്റെ വീട്ടിലെ എന്റെ കട്ടിലിൻമേൽ പോയിക്കിടന്ന് സുഖമായി ഉറങ്ങണം " എന്ന് പറഞ്ഞ് തന്റെ വീടു കാട്ടിക്കൊടുത്തു.

ജ്ഞാനദത്തൻ ഭടന്റെ വീട്ടിലെത്തി കട്ടിലിൻമേൽ കിട ന്നു. നല്ല ഇരുട്ടായിരുന്നു. അതുകൊണ്ട് കട്ടിലിൽ വേറെയാ രോ കിടക്കുന്നത് ജ്ഞാനദത്തൻ കണ്ടില്ല. ഭടന്റെ മകൾ തന്നെ യായിരുന്നു കട്ടിലിൻമേൽ. കാമുകനോട് വരാൻ പറഞ്ഞ് അ യാളെക്കാത്ത് കിടന്നിരുന്നത്. കൂരിരുട്ടത്ത് ഒരാൾ വന്ന് കട്ടി ലിൽ കിടന്നപ്പോൾ അവൾ അയാളോട് ചേർന്നു കിടന്നു കൊ

ണ്ട് ചോദിച്ചു. – എന്താ ഒന്നും മിണ്ടാതെ കിടക്കുന്നത്. ?

ഇഞാനദത്തൻ തന്റെ ശ്ലോകം ചൊല്ലി. അപ്പോഴാണ് ഭട
ന്റെ മകൾക്ക് അബദ്ധം മനസ്സിലായത്. ദുഃഖവും ദേഷ്യവും സ
ഹിക്കാനാവാതെ അവൾ ഇഞാനദത്തനെ കട്ടിലിൽ നിന്നിറ
ക്കി വീടിനു പുറത്തേക്കു ഓടിച്ചു വിട്ടു.

ഇഞാനദത്തൻ തെരുവിലൂടെ നടന്നു. കുറച്ചു നടന്ന
പ്പോൾ വാദ്യങ്ങളുടെ ശബ്ദം കേട്ട് അയാൾ നിന്ന് ദൂരേയ്ക്ക്
നോക്കി. വലിയ വിളക്കുകൾ കത്തിച്ച് കൊട്ടിപ്പാടി ഒരു കല്യാ
ണ സംഘമാണ് വരുന്നുണ്ടായിരുന്നത്. ആ കൂട്ടത്തിൽ ഇഞാ
നദത്തനും ചേർന്നു.

വിവാഹസംഘം എത്തിയത് പട്ടണത്തിലെ വലിയ പ
ണക്കാരനായ ഒരു കച്ചവടക്കാരന്റെ വീട്ടിലായിരുന്നു. നന്നായി
അലങ്കരിച്ച പന്തൽ നിറയെ കത്തുന്ന വിളക്കുകൾ, ആർഭാട
ത്തോടെ കെട്ടിയുർത്തിയ കല്യാണമണ്ഡപം അതിന്റെ നടു
വിൽ ഒരുപാട് ആഭരണങ്ങളണിഞ്ഞ് പട്ടുവസ്ത്രം ധരിച്ചിരി
ക്കുന്ന കല്യാണപെണ്ണായ വ്യാപാരിയുടെ മകൾ, ഉയർന്നു കേൾ
ക്കുന്ന വാദ്യങ്ങൾ എന്നിവയെല്ലാം കണ്ട് ഇഞാനദത്തനും നോ
ക്കി നിന്നു.

മുഹൂർത്ത സമയമടുത്തു എന്ന് എല്ലാവരും പറയുന്നു
ണ്ടായിരുന്നു. പെട്ടെന്ന് വ്യാപാരിയുടെ ആനയ്ക്ക് മദം പൊട്ടി
പാപ്പാനെക്കൊന്ന് ചിന്നം വിളിച്ചു വരുന്നു എന്ന് ദൂരെ നിന്ന്
ആൾക്കാർ വിളിച്ചു പറയുന്നതു കേൾക്കുമ്പോഴേക്കും തന്നെ
മദയാന കല്യാണപ്പന്തലിൽ കയറി. എല്ലാവരും കണ്ട ദിക്കുക
ളിലേക്ക് ചിതറി ഓടി. എന്തു ചെയ്യണമെന്നറിയാതെ കല്യാണ
പ്പെണ്ണ് വിറച്ച് കരഞ്ഞ് തരിച്ച് നിൽക്കുന്നത് കണ്ട് ഇഞാനദ
ത്തൻ മണ്ഡപത്തിലേക്ക് ഓടിക്കയറി. " ഞാനാണ് പേടിക്കേ
ണ്ട " എന്നവളെ കൈപിടിച്ച് സമാധാനിപ്പിച്ച്, മദയാനയെ വി
രട്ടിയോടിച്ചു.

കല്യാണ മുഹൂർത്തം കഴിഞ്ഞു. ആനയുടെ വിലാസ
ങ്ങൾ കാരണം നിശ്ചയിച്ച സമയത്ത് താലി കെട്ടു നടന്നില്ല.

ആനയെ വിരട്ടിയോടിച്ചത് കണ്ട് വരന്റെ ആൾക്കാരെല്ലാം മട ങ്ങി വന്നു. അപ്പോൾ വിവാഹപ്പെണ്ണ് ഏതോ ഒരുത്തന്റെ കൈ പിടിച്ച് നിൽക്കുന്നത് കണ്ട് വരനും സംഘവും കോപിച്ച് "ഇ ത് ശരിയാകില്ല. , എനിക്ക് വിവാഹം ചെയ്തുതരാമെന്ന് ഏറ്റിട്ട് കന്യകയെ ഏതോ ഒരുത്തനു കൊടുത്ത് എന്നെ അപമാനിച്ച ല്ലേ," എന്നിങ്ങനെ പറഞ്ഞ് ബഹളം വെച്ചു.

വിവാഹപ്പെണ്ണിന്റെ അച്ഛനായ വ്യാപാരി ഓടിയെത്തി. അദ്ദേഹം വളരെ വിഷമത്തോടെ വരന്റെ ആൾക്കാരോട് " ഞാ നൊന്നും അറിയില്ല, ഞാൻ ഓടി. അപ്പോൾ എന്തു നടന്നു ഇ വിടെ എന്ന് ഞാൻ കണ്ടില്ല. ക്ഷമിക്കണം " എന്ന് കൈകൾ കൂ പ്പിക്കൊണ്ട് അപേക്ഷിച്ചു. എന്നിട്ട് അദ്ദേഹം തന്റെ മകളോട് " ഇത് മഹാ മോശമായിപ്പോയി, എന്റെ മകളിത് ചെയ്യരുതായിരു ന്നു. " എന്നു പറഞ്ഞു.

" എല്ലാവരും ഓടിപ്പോയി. എനിക്കൊന്നും ചെയ്യാൻ ക ഴിഞ്ഞില്ല. മദയാന മണ്ഡപത്തിൽ കയറും മുമ്പ് ഇദ്ദേഹമാണ് ഓടിവന്ന് എന്നെ രക്ഷിച്ച് ആനയെ ഓടിച്ചുവിട്ടത്. ഏതായാ ലും ഞാനിനി മറ്റൊരാളുടെ കൈ പിടിക്കാൻ തയ്യാറല്ല. " എന്ന് വ്യാപാരിയുടെ മകൾ തറപ്പിച്ചു പറഞ്ഞു.

നേരം പുലർന്നതോടെ പട്ടണത്തിലെങ്ങും ഈ സംഭ വം കാട്ടുതീ പോലെ പടർന്നു. തലേ ദിവസം രാത്രി തന്റെ അ ന്തപ്പുരത്തിൽ കയറിൽ പിടിച്ച് തൂങ്ങി കയറിവന്ന അതേ ചെ റുപ്പക്കാരനാണ് ഈ സംഭവത്തിലെ നായകനെന്ന വാർത്ത രാജകുമാരിയും കേട്ടു. രാജകുമാരി തോഴിമാരോടൊപ്പം ജ്ഞാ നദത്തൻ കൈപിടിച്ചു രക്ഷിച്ച വ്യാപാരിയുടെ മകളുടെ അടു ത്തെത്തി. അമ്പലത്തിലെ ഭടന്റെ മകളും ഈ വാർത്ത അറി ഞ്ഞ് തലേന്ന് രാത്രി തന്റെ കട്ടിലിൽ കയറിക്കിടന്ന് താനിറക്കി വിട്ട ജ്ഞാനദത്തനെ തേടി എത്തി.

ഈ വിവരങ്ങളെല്ലാം രാജാവറിഞ്ഞു. കാര്യങ്ങൾ പരി ഹരിക്കാൻ രാജാവും സംഘവും വ്യാപാരിയുടെ വീട്ടിലെത്തി. സംഭവങ്ങൾ ചുരുക്കി വിവരിക്കാൻ ജ്ഞാനദത്തനോട് ആവ

ശൃപ്പെട്ടു. ജ്ഞനദത്തൻ പതിവുപോലെ" മനുഷ്യന് കിട്ടാൻ വി
ധിച്ചത് കിട്ടും. ....." എന്ന ആദ്യ വരി ചൊല്ലിയപ്പോൾ രാജകുമാ
രി പറഞ്ഞു–" ദേവൻമാർക്ക് ഇത് തടയാനാവില്ല" ഉടനെ അമ്പ
ലം രക്ഷാഭടന്റെ മകൾ " അതുകൊണ്ട് വ്യസനിക്കുന്നില്ല" എ
ന്നു പറഞ്ഞതും വ്യാപാരിയുടെ നവവധുവായ മകൾ ഉറപ്പിച്ചു
പറഞ്ഞു–" എന്റേത് എന്റെമാത്രം മറ്റൊരാളുടേതല്ല".

രാജാവ് കൂടുതലൊന്നും ചിന്തിക്കാതെ ജ്ഞാനദത്തന്
തന്റെ മകളെ വിവാഹം കഴിപ്പിച്ചു കൊടുത്തു. ആ പട്ടണത്തി
ലെ യുവരാജാവായി വാഴിച്ചു. രക്ഷാഭടനും വ്യാപാരിയും അ
വരുടെ പെൺമക്കളെ ജ്ഞാനദത്തനു തന്നെ വിവാഹം ചെയ്
തു കൊടുത്തു.

ജ്ഞാനദത്തൻ തന്റെ നാട്ടിലേക്ക് തിരിച്ചുപോയി. തന്നെ
വീട്ടിൽ നിന്നിറക്കി വിട്ട അച്ഛനേയും അമ്മയേയും കൂട്ടി തിരി
ച്ചുവന്ന് മൂന്ന് ഭാര്യമാരോടൊപ്പം സന്തോഷത്തോടെ ആ നഗ
രം വാണ് സുഖമായി ജീവിച്ചു.

വളർത്തുകീരിയും
ബ്രാഹ്മണ സ്ത്രീയും

ബ്രാഹ്മണന്റെ ഭാര്യ ഒരാൺകുട്ടിയെ പ്രസവിച്ചു. അതേ സമയത്ത് ബ്രാഹ്മണന്റെ വീടിന്റെ മുറ്റത്ത് വന്നുകിടന്ന കീരി യും ഒരു കുഞ്ഞിനെ പ്രസവിച്ചു. കുഞ്ഞിക്കീരിയെ പ്രസവിച്ച തും തള്ളക്കീരി എന്തോ വേദനകൊണ്ട് പിടഞ്ഞ് അവിടെക്കിട ന്ന് അപ്പോൾതന്നെ ചാവുകയും ചെയ്തു. ബ്രാഹ്മണ കുടുംബ ത്തെ ഈ രണ്ടു സംഭവങ്ങളും ഒപ്പം സന്തോഷിപ്പിക്കുകയും അതോടൊപ്പം ദു:ഖിപ്പിക്കുകയും ചെയ്തു.

അമ്മയില്ലാത്ത കീരിക്കുഞ്ഞിനെ പോറ്റാൻ ബ്രാഹ്മണ നും ഭാര്യയും തീരുമാനിച്ചു. അകത്തു പിറന്ന തന്റെ ഉണ്ണിയെ വളർത്തുന്നതുപോലെ തന്റെ പാൽ കൊടുത്തു ഓമനിച്ചും കൂ ടെകിടത്തിയും ബ്രാഹ്മണപത്നി കീരിക്കുട്ടിയെ വളർത്തി.

മകനും കീരിക്കുട്ടിയും വളരുമ്പോഴും ബ്രാഹ്മണന്റെ ഭാ ര്യക്ക് മനസ്സിൽ സംശയവും വളർന്നുവന്നു. കീരിക്കുട്ടിയെ യ ല്ലേ വളർത്തുന്നത്. വളർന്നാൽ ജന്മനായുള്ള സ്വഭാവം കീരി കാണിക്കാതിരിക്കുമോ. എന്റെ പൊന്നു മകനെ കടിക്കുകയോ മാന്തുകയോ മറ്റോ ചെയ്യുമോ. ഇങ്ങിനെയെല്ലാമായിരുന്നു മക നോടുള്ള സ്നേഹവാത്സല്യങ്ങൾ കൊണ്ട് വീർപ്പുമുട്ടി കൊ

ണ്ടിരുന്ന ആ അമ്മയുടെ സംശയങ്ങൾ.

ഒരു ദിവസം ബ്രാഹ്മണസ്ത്രീ മകനെ കുളിപ്പിച്ച് പാൽ കൊടുത്ത് താരാട്ടുപാടി ഉറക്കികിടത്തി. വീട്ടാവശ്യങ്ങൾക്ക് വെള്ളം കോരിക്കൊണ്ടുവരാൻ പറമ്പിന്റെ മൂലയിലുള്ള കിണറിന ടുത്തേക്ക് പോയി. ബ്രാഹ്മണൻ വീട്ടിൽ ഉണ്ടായിരുന്നതിനാൽ " മോനെ ശ്രദ്ധിക്കണേ" എന്ന് പ്രത്യേകം പറഞ്ഞേൽപ്പിച്ചാ ണ് ബ്രാഹ്മണസ്ത്രീ പോയത്.

ബ്രാഹ്മണൻ ഇതിലത്ര ശ്രദ്ധിക്കാതെ ഏതോ ആവശ്യ ത്തിന് വീട്ടിൽ നിന്ന് പുറത്തുപോയി.

ഈ നേരത്താണ് വലിയൊരു പാമ്പ് പറമ്പിലെ മാള ത്തിൽ നിന്നിറങ്ങി വേഗത്തിൽ ബ്രാഹ്മണന്റെ വീട്ടുമുറ്റത്തെ ത്തിയത്. കീരി ഇതു കണ്ടതും വീടിനകത്തേക്ക് കയറാൻ ഒരു ങ്ങിയ തന്റെ ജന്മശത്രുവായ പാമ്പിന്റെ മേൽ ചാടി വീണു. അ കത്തു കയറി സഹോദരനെ കൊത്താൻ പാമ്പിനെ വിടില്ല എ ന്നുറപ്പിച്ച് എല്ലാ ശക്തിയുപയോഗിച്ച് കീരി പാമ്പിനെ കടിച്ചും അടിച്ചും കൊന്നിട്ടു.

കീരിയുടെ മുഖത്തും വാലിലുമെല്ലാം നിറയെ ചോര യായിരുന്നു. എന്തായാലും പാമ്പിനെ കൊന്ന സന്തോഷത്തോ ടെ ആ കീരി തന്റെ അമ്മ കൂടിയായ ബ്രാഹ്മണസ്ത്രീയുടെ അ ടുത്തേക്ക് ഓടി. ചോരയിൽ കുതിർന്ന ശരീരവുമായി വരുന്ന കീരിയെ കണ്ടപ്പോൾ ബ്രാഹ്മണസ്ത്രീ ഞെട്ടിവിറച്ചു. "ദുഷ്ട നായ ഇവൻ എന്റെ പൊന്നുണ്ണിയെ കടിച്ചു കീറിയിട്ടുണ്ടാകും" എന്ന ചിന്തയിലായിരുന്നു ആ സ്ത്രീ. വെള്ളം നിറച്ച കുടമ ങ്ങിനെത്തന്നെ കീരിയുടെ കഴുത്തിൽ അമർത്തി വെച്ച് കീരി യുടെ കഴുത്ത് ഞെരിഞ്ഞമരുന്നതുവരെ ബ്രാഹ്മണസ്ത്രീ നി ന്നു. കഴുത്ത് ചതഞ്ഞരഞ്ഞ് കീരി ചത്തു പോയി.,

കരഞ്ഞോടി വന്ന് വീട്ടിലേക്ക് കയറിയ ബ്രാഹ്മണസ് ത്രീ കണ്ടത് വലിയൊരു പാമ്പ് കഷ്ണം കഷ്ണമായി ചത്തു കിടക്കുന്നതാണ്. പൊന്നുണ്ണി ഒന്നുമറിയാതെ സുഖമായി ഉറ ങ്ങുന്നു.

ബ്രാഹ്മണസ്ത്രീ മാറത്തടിച്ച് കരഞ്ഞുതുടങ്ങി. മകനെ പ്പോലെ തന്റെ കൈകൊണ്ട് വളർത്തിയ കീരിയെ ആ കൈകൾ കൊണ്ടുതന്നെ കൊന്നതിലുള്ള ദു:ഖം ബ്രാഹ്മണസ്ത്രീക്ക് താ ങ്ങാനായില്ല. തലക്കടിച്ചും മാറത്തിടിച്ചും കരയുന്ന ബ്രാഹ്മണ സ്ത്രീയുടെ ശബ്ദം കേട്ട് പുറത്തുപോയിരുന്ന ബ്രാഹ്മണനും ഓടിയെത്തി.

അവിടത്തെ രംഗം കണ്ട ബ്രാഹ്മണൻ ശാന്തനായി നി ന്നു. ബ്രാഹ്മണസ്ത്രീ ഭർത്താവിനോടു പറഞ്ഞു .നിങ്ങൾ ദുഷ് ടനാണ്, പണം മോഹിച്ച് നടക്കുന്നവനാണ്. ഞാൻ പറഞ്ഞതു കേൾക്കാതെ ദാനം വാങ്ങാൻ ഇറങ്ങിയോടി. ഇപ്പോൾ മതിയാ യില്ലേ, അതിമോഹം ചക്രം ചവിട്ടും.

ആനയും മുയലും

പത്തു പന്ത്രണ്ട് വർഷങ്ങൾ മഴയേ പെയ്യാത്ത ഒരു കാലം. കുടിക്കാനും കുളിക്കാനും വെള്ളമില്ല, ഭക്ഷണസാധനങ്ങൾ ഉണ്ടാക്കാനാവാതെയായി, ജീവനമായ ജലത്തിനായി എല്ലാ ജീവികളും വലഞ്ഞു നടന്ന് വശംകെട്ടു. കൊടും വരൾച്ചയുടെ ആ കാലത്ത് കാട്ടിലെ വലിയൊരു ആനക്കൂട്ടം സങ്കടങ്ങളറിയിക്കാൻ അവരുടെ രാജാവായ കാട്ടുകൊമ്പന്റെ അടുത്തെത്തി. സങ്കടമെല്ലാം കേട്ട് ആനത്തലവൻ അവരോട് പറഞ്ഞു -എല്ലാം നമുക്ക് മനസ്സിലായി. ഞാൻ നാടായ നാടുകളിലേക്കെല്ലാം ദൂതന്മാരെ ഉടൻ പറഞ്ഞയച്ച് വെള്ളം എവിടെയുണ്ടെന്നു കണ്ടുപിടിച്ച് നിങ്ങൾക്ക് വിവരം തരാം.

വെള്ളംതേടിപ്പുറപ്പെട്ട ആനത്തലവന്റെ ദൂതന്മാരിൽ ഒരാൾ തന്റെ അന്വേഷണത്തിനിടയിൽ വലിയൊരു തടാകം കണ്ടെത്തി. ചന്ദ്രികാ തടാകം എന്ന് പേരുള്ളആ തടാകക്കരയിൽ എത്തിയതോടെ ആ ദൂതന് പരമസന്തോഷമായി. കണ്ണെത്താദൂരത്തോളം പരന്നുകിടക്കുന്ന തടാകം. പളുങ്ക്പോലെ തെളിഞ്ഞ വെള്ളം. ദൗത്യം വിജയിച്ച സന്തോഷത്തോടെ ആ ദൂതൻ ആനക്കൊമ്പന്റെ അടുത്തേക്ക് ഓടിയെത്തി. തടാകത്തെക്കുറിച്ച് വിവരിച്ചുകൊടുത്തു. വിവരമറിഞ്ഞതും ആനകളെല്ലാം കൂട്ടംകൂട്ടമായി ചന്ദ്രികാതടാകക്കരയിലേക്ക് യാത്രതിരിച്ചു.

ആനക്കൂട്ടങ്ങൾ തടാകക്കരയിലെത്തി സൈ്വര്യമായി കു
ളിച്ചും കുടിച്ചും മദിച്ചു രസിച്ചു. ആ തടാകത്തിന്റെ ഒരു തീര
ത്ത് കുറെയേറെ മുയലുകളും പാർക്കുന്നുണ്ടായിരുന്നു. ആന
കളുടെ തുമ്പിക്കൈ കൊണ്ട് അടിയേറ്റും,ചവിട്ടേറ്റും കുറെ മു
യലുകൾ ചത്തൊടുങ്ങി. ദിവസങ്ങൾതോറും തന്റെ വംശക്കാർ
ക്ക് നാശം വന്നടിയുന്നത് മുയലുകളുടെ രാജാവിന് സഹിക്കാ
നായില്ല. ആ മുയൽരാജാവ് മന്ത്രിമാരെ വിളിച്ചു കൂട്ടി. എല്ലാവ
രും കൂടി ഇതിനൊരു പരിഹാരം കാണാൻ ആലോചന തുട
ങ്ങി. ചർച്ചക്കിടയിൽ മന്ത്രിയായ ഒരു മുയൽ എല്ലാവരോടുമാ
യി പറഞ്ഞു. -നമ്മുടെ വംശത്തിന് നേരിടുന്ന ഈ ആപത്ത്
ഞാനൊഴിവാക്കിതരാം. ആനത്തലവനെക്കൊണ്ട് സംസാരിച്ച്
ആനകളെ ഇവിടെ നിന്ന് തിരിച്ചയക്കാൻ വേണ്ട കൗശലം എ
നിക്കറിയാം.

ആ മന്ത്രിയുടെ സാമർഥ്യത്തെക്കുറിച്ച് മുയൽരാജാവി
ന് നല്ല വിശ്വാസമുണ്ടായിരുന്നു. മറ്റു മന്ത്രിമാരും രാജാവിനെ
പിന്തുണച്ചു. അങ്ങനെ വലിയൊരു ദൗത്യം ഏറ്റെടുത്ത മുയൽ
മന്ത്രി ആനത്തലവൻ പാർക്കുന്ന പർവതത്തിന്റെ മുകളിലേക്ക്
പോയി. ആ മുയൽ ആനത്തലവനെയും മറ്റാനകളെയും താ
ണു വണങ്ങിക്കൊണ്ട് ഇങ്ങനെ അവരോടു പറഞ്ഞു- നിങ്ങൾ
ആനകൾക്ക് ഒരാപത്തും വരരുതെന്നു കരുതുന്ന ഒരു പാവം
മുയലാണ് ഞാൻ. ചന്ദ്രികാതടാകത്തിനടുത്താണ് എന്റെ താമ
സം. നക്ഷത്രങ്ങളുടെ എല്ലാം രാജാവായ ചന്ദ്രന്റെ സ്വന്തം തടാ
കമാണത്. ഞാൻ ചന്ദ്രന്റെ പ്രത്യേക നിർദേശപ്രകാരം ആ ത
ടാകത്തിന്റെ സംരക്ഷണം ഏറ്റെടുത്തിരിക്കുകയാണ്. എന്റെ വർ
ഗത്തിൽപ്പെട്ട മുയലുകളെല്ലാം ചന്ദ്രന്റെ സേവകന്മാരാണ്. നി
ങ്ങൾ ആനകൾ വന്ന് തടാകത്തെ ചവിട്ടികലക്കിക്കൊണ്ടിരിക്കു
ന്നതിൽ ചന്ദ്രൻ വല്ലാതെ ക്ഷോഭിച്ചിരിക്കുന്നു. നല്ലതു ചെയ്യു
ന്നവരെ രക്ഷിക്കുകയും ദുഷ്ടതകൾ പ്രവർത്തിക്കുന്നവരെ ന
ശിപ്പിക്കുകയും ചെയ്യുന്നവനാണ് ചന്ദ്രൻ. ഈ വിവരം നിങ്ങ
ളെ അറിയിച്ച് നിങ്ങൾക്ക് നാശം സംഭവിക്കാതിരിക്കാൻ മുന്ന

റിയിപ്പുതരാനാണ് ഞാൻ വന്നിട്ടുള്ളത്.

ആനത്തലവന് ഇതു കേട്ടതോടെ വല്ലാത്ത ഭയമായി. ചന്ദ്രനോടു കളിച്ച് തന്റെ വംശം മുടിഞ്ഞു പോകുമെന്ന് ആന ത്തലവനു തോന്നി. ആ ആനത്തലവൻ തന്റെ ആനകളെ വേ ഗം തന്നെ ചന്ദ്രികാതടാകത്തിൽ നിന്ന് മാറ്റാൻ തീരുമാനിച്ചു. മിടുക്കനായ ആ മുയലിന്റെ തന്ത്രം മുയലുകൾക്കെല്ലാം തന്നെ രക്ഷയായിത്തീർന്നു.

താൻ താൻ നിരന്തരം ചെയ്യുന്ന കർമങ്ങൾ...

എപ്പോഴും ദൈവത്തെ പ്രാർഥിച്ചുകൊണ്ടിരിക്കുന്ന ഒ രു മഹാസന്ന്യാസിയുണ്ടായിരുന്നു. ദേവവർമൻ എന്ന പേരി ലാണ് അദ്ദേഹം അറിയപ്പെട്ടിരുന്നത്. ഒരു ദിവസം തീരെ പ്രതീ ക്ഷിക്കാതെ കുറേയേറെ പണം ദേവവർമന്റെ കയ്യിൽ വന്നു ചേർന്നു. ഇത്രയും പണം എങ്ങിനെ സൂക്ഷിക്കും എന്നതോർ ത്ത് ആ സന്ന്യാസി ഏറെ ചിന്തിച്ചു. ഒടുവിൽ താനിടുന്ന കു പ്പായത്തിൽ പലയിടങ്ങളിലായി ചെറിയ അറകൾ ഉണ്ടാക്കി പ ണമെല്ലാം അതിൽ സൂക്ഷിച്ച് ആ കുപ്പായവുമിട്ടായി സന്ന്യാ സിയുടെ യാത്ര.

യാത്ര ചെയ്തുകൊണ്ടിരിക്കുന്ന ദേവവർമനുമായി മറ്റൊ രു സന്ന്യാസികൂടി കൂട്ടുചേർന്നു. ദേവവർമൻ ഏറെ പിശുക്ക നാണെന്നും അയാളുടെ കൈവശമുള്ള പണം സ്വന്തമാക്കണ മെന്നുമായിരുന്നു ആഷാഢഭൂതി എന്നു പേരായ മറ്റേ സന്ന്യാ സിയുടെ ലക്ഷ്യം. അതിന് ദേവവർമനുമായി ഉറ്റസൗഹൃദം സ്ഥാ പിക്കാൻ തന്നെ ആഷാഢഭൂതി തീരുമാനിച്ചു. അന്യന്റെ പണം സ്വന്തമാക്കുന്നതിൽ ഒരു തെറ്റുമില്ല. കാരണം ദേവവർമൻ മ ഹാപിശുക്കനാണ് എന്നിങ്ങനെ ചിന്തിച്ച് തന്റെ ഉദ്ദേശ്യത്തെ സ്വയം ന്യായീകരിക്കാനും ആഷാഢഭൂതി തീരുമാനിച്ചു.

ദിവസങ്ങൾക്കകം ആഷാഢഭൂതി ദേവവർമന്റെ ഉറ്റചങ്ങാ തിയും പരിചാരകനുമെല്ലാമായി. ദേവവർമന് ആഷാഢഭൂതിയെ നന്നായി വിശ്വസിക്കാമെന്നും തോന്നിത്തുതുടങ്ങി. തന്റെ പ ണം ഈ വിശ്വസ്ത സുഹൃത്തിന്റെ കൈകളിൽ ഏല്പിക്കുന്ന തിൽ പന്തികേടൊന്നുമില്ലെന്നും ദേവവർമൻ മനസ്സിൽ ഉറപ്പി ച്ചു.

ഒരിക്കൽ കുളിക്കാൻ തയ്യാറെടുത്തുകൊണ്ട് ദേവവർമൻ തന്റെ പണക്കുപ്പായം ഊരി ആഷാഢഭൂതിയെ ഏൽപ്പിച്ചു. കു ളിച്ച് തല തോർത്തി വെള്ളത്തിൽതന്നെ നിന്നുകൊണ്ട് ദേവ വർമൻ ജപിക്കാൻ ആരംഭിച്ചു. കണ്ണുകളടച്ച് കൈകൾകൂപ്പി ജ പത്തിൽ മുഴുകിനിന്ന ദേവവർമനെ തോല്പിച്ച് ആ നിമിഷം തന്നെ ആഷാഢഭൂതി അവിടം വിട്ടോടി എങ്ങോട്ടോപോയി.

ജപം കഴിഞ്ഞ് കരയ്ക്കുകയറിയ ദേവവർമന് തന്റെ പ രിചാരകനും സുഹൃത്തുമെല്ലാമായ ആഷാഢഭൂതിയെ കാണാ നായില്ല. നാലുപാടും നോക്കിയ അദ്ദേഹം കണ്ടത് രണ്ട് മുട്ടനാ ടുകൾ തലകൂട്ടിയിടിച്ച് പോരാടുന്നതാണ്. ഒരാട് മറ്റേതിന്റെമേൽ ചാടിവീണ് തലക്ക് കുത്തും. പിന്നെ മറ്റേ ആട് പുറകോട്ട് പോ യി ദേഷ്യത്തോടെയും ശക്തിയോടെയും ചാടി ശത്രുവായ ആ ടിന്റെ തലയ്ക്ക് ഇടിക്കാൻ തുടങ്ങും. രണ്ടാടുകളും തലയ്ക്കടി ച്ചും ഇടിച്ചുമുള്ള ഈ പോരാട്ടം വാശിയോടെ നടന്നുകൊണ്ടി രുന്നു. ഇടയ്ക്ക് കട്ടപിടിച്ച ചോരവീണുകൊണ്ടുമിരുന്നു. ഇതു കണ്ട് ഒന്നാന്തരം ചുടുചോരക്കട്ടകൾ കുടിക്കാൻ മണം പിടി ച്ചെത്തിയ ഒരു കുറുക്കൻ ആ ആടുകളുടെ ഇടയിൽപ്പെട്ട് ഇടി കൊണ്ട് ചതഞ്ഞ് വീണ് ചാവുകയും ചെയ്തു. ആടുകളുടെ പോരാട്ടത്തിൽ കുടുങ്ങി കുറുക്കൻ ചത്തു. ആഷാഢഭൂതി കാ രണം എനിക്ക് പണവും പോയി എന്ന് പാടിക്കൊണ്ട് ആഷാ ഢഭൂതിയെ അന്വേഷിച്ച് ദേവവർമൻ യാത്ര തുടർന്നു.

സമയം സന്ധ്യയോടടുത്തു. നടന്നു തളർന്ന ദേവവർ മൻ അവിടെ കണ്ട ഒരു വീട്ടിലേക്ക് കയറിച്ചെന്നു. അതൊരു നെയ്ത്തുകാരന്റെ വീടായിരുന്നു. മൂക്കറ്റം കള്ളുകുടിച്ച് ആടി

കളിക്കുകയാണ് നെയ്ത്തുകാരൻ. നെയ്ത്തുകാരൻ കുടിച്ച് മദി
ച്ച് വീട്ടിലേക്ക് വരുമ്പോൾ തന്റെ ഭാര്യ ഉടുത്തൊരുങ്ങി പോകു
ന്നത് കണ്ട് അവളേയും വലിച്ചിഴച്ച് വീട്ടിലേക്ക് കൊണ്ട് വന്ന്
തെറിപറയുകയായിരുന്നു നെയ്ത്തുകാരൻ. രഹസ്യമായി കാ
മുകനെത്തേടി പോയതാണ് ഭാര്യ എന്നായിരുന്നു നെയ്ത്തു
കാരന്റെ വാദം. അതു ശരിയുമായിരുന്നു. എന്നാൽ വളരെ സ
മർഥയായ ഭാര്യ പറഞ്ഞത് താൻ ഭർത്താവിനെ അന്വേഷിച്ച്
പോയതാണ് എന്നായിരുന്നു. നെയ്ത്തുകാരൻ ഇതൊന്നും അം
ഗീകരിക്കാതെ വലിയൊരു കയറെടുത്ത് അവളെ തൂണിൽ കെ
ട്ടിയിട്ട് പോയിക്കിടന്ന് കൂർക്കം വലിച്ചുറങ്ങാൻ തുടങ്ങി.

ഈ തക്കം നോക്കി നെയ്ത്തുകാരന്റെ വീട്ടിലെ പണി
ക്കാരി നെയ്ത്തുകാരന്റെ ഭാര്യയെ കെട്ടഴിച്ച് വിട്ടു. തൂണിൻമേൽ
അതേ കയർകൊണ്ട് സ്വയം കെട്ടി ആ പണിക്കാരി നിൽക്കുക
യും ചെയ്തു. നെയ്ത്തുകാരന്റെ ഭാര്യ അതിവേഗം കാമുകന്റെ
വീട്ടിലേക്ക് പോയി. അല്പം കഴിഞ്ഞ് ഉറക്കമുണർന്ന നെയ്
ത്തുകാരൻ വീണ്ടും തൂണിൻമേൽ കെട്ടിയിട്ടിരിക്കുന്ന ഭാര്യയു
മായി അടികൂടാൻ തുടങ്ങി. ഒന്നും മിണ്ടാതെ നിന്ന ആ പണി
ക്കാരിയുടെ മൂക്ക് മുറിച്ച് എന്റെ ഭാര്യക്ക് മൂക്കില്ല എന്ന് പറഞ്ഞ്
നെയ്ത്തുകാരൻ വീണ്ടും കിടന്ന് ചത്തപോലെ ഉറങ്ങി.

കാമുകന്റെ അടുത്തുപോയി തിരിച്ചെത്തിയ നെയ്ത്തു
കാരന്റെ ഭാര്യ പണിക്കാരിയുടെ അടുത്തെത്തി. നടന്ന സംഭവ
മെല്ലാം അവൾ പറഞ്ഞു. അവളെ കെട്ടഴിച്ചു വിട്ട് വീണ്ടും നെ
യ്ത്തുകാരന്റെ ഭാര്യ തൂണിൽ കയർ ചേർത്തുകെട്ടി നിൽക്കാ
നാരംഭിച്ചു. ഇതിനിടെ നെയ്ത്തുകാരന്റെ ഉറക്കം ഞെട്ടി. ഇതു
കണ്ട് ഭാര്യ വിളിച്ചു പറഞ്ഞു- ആ ജന്തുവിന്റെ മൂക്കരിഞ്ഞ
പോലെ എന്റെ മൂക്ക് അരിയുന്നില്ലേ? എത്ര കഷ്ടമായിപ്പോയി.
എന്നാൽ ഞാൻ നല്ല സ്വഭാവക്കാരിയാണ്, ഭർത്താവിനെ ദൈ
വമായി കാണുന്നവളാണ്, അതുകൊണ്ട് എന്റെ മൂക്ക് അരിഞ്ഞാ
ലും അതവിടെത്തന്നെ അതേ പോലെ ഉണ്ടാവും, ദൈവമാണേ
സത്യം, സത്യം, സത്യം..

നെയ്ത്തുകാരന് അതു വലിയ അദ്ഭുതമായി. അയാൾ കണ്ണുകൾ രണ്ടും മലർക്കെത്തുറന്ന് തുണിൽ കെട്ടിയിരിക്കുന്ന ഭാര്യയുടെ മുഖത്തേക്ക് നോക്കി. ഭാര്യയുടെ മൂക്കറുത്തിട്ടും ഒരു പോറലുപോലുമില്ലാതെ അതേ മൂക്ക് പണ്ടത്തെ പോലെ തന്നെ കണ്ടപ്പോൾ നെയ്ത്തുകാരന് ഭാര്യയെ നല്ല വിശ്വാസമായി. അയാൾ അവളെ കെട്ടഴിച്ചുവിട്ടു. കുടിച്ചുബോധം കെട്ട് ശണ്ഠകൂടിയതിനും കെട്ടിയിട്ടതിനുമെല്ലാം കാലിൽവീണ് മാപ്പു ചോദിച്ചു. പിന്നെ എഴുന്നേറ്റ് അവളെ മാറോടണച്ച് തലോടി സമാധാനിപ്പിച്ചു. ഈ രംഗങ്ങളെല്ലാം നെയ്ത്തുകാരന്റെ വീ ട്ടിൽ ആരും കാണാത്ത ഒരിടത്തിരുന്ന് ദേവവർമസന്ന്യാസി കാ ണുന്നുണ്ടായിരുന്നു.

മൂക്കു മുറിഞ്ഞ പണിക്കാരി തന്റെ വീട്ടിലേക്കാണ് പോ യത്. അവളുടെ ഭർത്താവിന് മുടിമുറിക്കുന്ന പണിയായിരുന്നു. ഭാര്യയുടെ മൂക്ക് അരിഞ്ഞുകളഞ്ഞതൊന്നും അയാൾ അറിഞ്ഞി രുന്നില്ല. ഭാര്യ വീട്ടിലേക്ക് കയറിപ്പോകുന്നതു കണ്ടപ്പോൾ അ യാൾ വിളിച്ചു പറഞ്ഞു-

"എന്റെ കത്രികയും ചീർപ്പും വടിക്കത്തിയും മറ്റും വെ ച്ചിരിക്കുന്ന സഞ്ചിയൊന്നെടുത്തു കൊണ്ടുവരണം. താടിവടി ക്കാൻ ഉപയോഗിക്കുന്ന കത്തി മാത്രം ഭാര്യ പുറത്തേക്കിട്ടു കൊ ടുത്തു. ഇതു കണ്ട് ദേഷ്യംവന്ന അയാൾ നല്ല ശക്തിയോടെ ആ കത്തി അകത്തേക്ക് വലിച്ചെറിഞ്ഞു. അപ്പോഴതാ അകത്തു നിന്ന് അയാളുടെ ഭാര്യ അലമുറയിട്ട് കരഞ്ഞ് " ദുഷ്ടൻ എന്റെ മൂക്കരിഞ്ഞിട്ടു" എന്ന ഉറക്കെ പറഞ്ഞ് കരഞ്ഞു. ചോരപ്പാടുക ളുള്ള മൂക്കിന്റെ കഷ്ണങ്ങൾ കയ്യിൽവെച്ച് വാവിട്ടുകരയുന്ന ആ സ്ത്രീയുടെ ചുറ്റും ആൾക്കാർ തടിച്ചുകൂടി. രാജാവിന്റെ സുരക്ഷാഭടൻമാർ ഓടിയെത്തി. ഈ ദുഷ്ടൻ വടിക്കത്തിക്കൊ ണ്ട് എന്റെ മൂക്കരിഞ്ഞ് കഷ്ണങ്ങളാക്കി എന്ന് അവൾ പറഞ്ഞു കൊണ്ടേയിരുന്നു.

രാജഭടൻമാർ മുടിവെട്ടുകാരനെ കയ്യോടെ പിടിച്ച് രാ ജാവിന്റെ മുൻപിലെത്തിച്ചു. അയാളുടെ നാവുമുറിയ്ക്കാനും

കഴുമരത്തിൽ കയറ്റിക്കൊല്ലാനുമായിരുന്നു രാജാവിന്റെ ഉത്തര
വ്.

ഇതിനെല്ലാം സാക്ഷിയായിരുന്ന ദേവവർമന് ഈ അ
നീതി കണ്ട് സഹിക്കാനായില്ല. സത്യങ്ങളെല്ലാം അയാൾ തുറ
ന്നു പറഞ്ഞു. നെയ്ത്തുകാരനാണ് പണിക്കാരിയുടെ മൂക്കരി
ഞ്ഞത് എന്ന് സന്ന്യാസിയുടെ വാക്കുകളിൽ നിന്ന് ബോധ്യ
പ്പെട്ടതോടെ മുടിവെട്ടുകാരനെ വിട്ടയക്കാനും ദാസിയേയും നെ
യ്ത്തുകാരന്റെ ഭാര്യയേയും നാടുകടത്താനും നെയ്ത്തുകാരന്
വലിയ പിഴ ശിക്ഷയായി നൽകാനും രാജാവ് ഉത്തരവിട്ടു. അവ
രവർ വരുത്തിവെക്കുന്ന ഓരോ അനർഥത്തിന്റെ ഫലം എന്താ
യാലും ഓരോരുത്തരും അനുഭവിച്ചേ പറ്റൂ എന്ന് ദേവവർമന്
ഇതോടെ ബോധ്യം വന്നു.

സിംഹവും കാളയും
ചങ്ങാതിമാരായി

മഹിളാരൂപ്യം എന്ന പട്ടണത്തിലെ വളരെ സമ്പന്നനാ
യ ഒരു കച്ചവടക്കാരനായിരുന്നു വർധമാനൻ. പണം എത്ര കി
ട്ടിയാലും അദ്ദേഹത്തിന് തൃപ്തി വരുമായിരുന്നില്ല. കച്ചവടം ന
ന്നായി നടത്തുവാൻ വേണ്ടി വർധമാനൻ ഒരു വണ്ടിയുണ്ടാ
ക്കി. രണ്ട് നല്ല കാളകളെ വണ്ടിയിൽ പൂട്ടി ധാരാളം സാധനങ്ങ
ളുമായി വർധമാനൻ ഒരിക്കൽ യാത്രതിരിച്ചു. സഹായത്തിന്
കുറെ ഭടന്മാരേയും കൂട്ടിയായിരുന്നു വർധമാനന്റെ യാത്ര.

ദീർഘദൂരം യാത്ര ചെയ്ത് വർധമാനനും സംഘവും ഒ
രു കൊടുംകാട്ടിലാണ് എത്തിച്ചേർന്നത്. കാട്ടിലെ വഴിയിൽ വെ
ച്ച് സഞ്ജീവകൻ എന്ന ഒരു കാളയുടെ കാൽ വലിയ പാറ
ക്കെട്ടിലിടിച്ച് അതിന് എഴുന്നേൽക്കാൻ കഴിഞ്ഞില്ല. തന്റെ യാ
ത്രയിൽ ഇങ്ങനെ ഒരു ദുരന്തം നേരിട്ടതിൽ വർധമാനൻ വല്ലാ
തെ വിഷമിച്ചു. ഒരു നിവൃത്തിയുമില്ലെന്ന് വന്നപ്പോൾ വർധമാ
നൻ ആ കാളയെ കെട്ടഴിച്ച് വിട്ട് അതിന്റെ രക്ഷയ്ക്ക് നാലു ഭട
ന്മാരെയും അവിടെ നിർത്തി. ബാക്കി ഭടന്മാരെയും കൂട്ടി നന്ദി
ലകൻ എന്നു പേരുള്ള രണ്ടാമത്തെ കാളയെക്കൊണ്ടു മാത്രം
വണ്ടി വലിപ്പിച്ചു. എങ്ങനെയെല്ലാമോ വർധമാനൻ സ്വന്തം പ
ട്ടണത്തിൽ എത്തിച്ചേർന്നു.

കാട്ടിൽ വീണ സഞ്ജീവകൻ എന്ന കാളയെ രക്ഷി ക്കാൻ ചുമതലപ്പെടുത്തപ്പെട്ടിരുന്ന നാലു ഭൃത്യൻമാരും വല്ലാ തെ ഭയത്തിലായിരുന്നു. കൊടുങ്കാട്, ധാരാളം ക്രൂര മൃഗങ്ങൾ, വിഷ ജന്തുക്കൾ, ഒരാപത്തുവന്നാൽ സഹായിക്കാൻ ആരുമി ല്ല, മരണം ഏതു നിമിഷവും സംഭവിക്കാം എന്നിങ്ങനെയായി രുന്നു ആ ഭൃത്യൻമാരുടെ ഭയം. ഒടുവിൽ ഇനി കാട്ടിലിങ്ങനെ പേടിച്ചു കഴിയാൻ വയ്യ എന്ന് അവർ തീരുമാനിച്ചു. സഞ്ജീവ കൻ കാട്ടിൽക്കിടന്ന് ചത്തു എന്ന് വർധമാനകനെ അറിയിക്കാം എന്ന് അവർ നാലുപേരും കൂടി തീരുമാനിച്ചു.

ഈ തീരുമാനമെടുത്ത് അവർ കാൽമുട്ടു തകർന്ന സ ഞ്ജീവകനെ ആ കാട്ടിലിട്ട് അതിവേഗം പട്ടണത്തിലേക്ക് തിരി ച്ചുപോയി.

നമ്മുടെയെല്ലാം സുരക്ഷ ദൈവത്തിന്റെ കയ്യിലാണ്. എ ത്ര രക്ഷയുള്ള സ്ഥലത്തും ഈശ്വരേച്ഛ നമുക്കെതിരാണെങ്കിൽ അപകടം സംഭവിക്കുകതന്നെ ചെയ്യും. ദൈവം അനുകൂലമാ ണെങ്കിൽ അപകടം നിറഞ്ഞ സ്ഥലങ്ങളിലും നമുക്ക് രക്ഷ കി ട്ടും. ഭടൻമാർ ഉപേക്ഷിച്ചുപോയ സഞ്ജീവകൻ എന്ന കാളയ് ക്ക് നല്ല ആയുസ്സുണ്ടായിരുന്നു. ആ കൊടുങ്കാട്ടിൽ അതിന് ഒ രാപത്തും സംഭവിച്ചില്ല. കാൽമുട്ടിലെ വേദന പതുക്കെ മാറി. തിന്നാൻ സമൃദ്ധമായി പുല്ല് കാട്ടിലുണ്ടായിരുന്നു. ശുദ്ധമായ വെള്ളം യഥേഷ്ടം കുടിക്കാനും കിട്ടിയിരുന്നു. നല്ല വെളുപ്പു നിറമുള്ള ആ കാള ഏതാനും ആഴ്ചകൾ കൊണ്ട് ഒരു പടുകൂ റ്റൻ കാളയായി വളർന്നു. അവന്റെ മുക്രയിടൽ കാട്ടുമൃഗങ്ങളെ പ്പോലും വിറപ്പിക്കുന്നതായിരുന്നു.

ആ കാട്ടിലെ മൃഗരാജാവായ പിംഗളൻ എന്ന സിംഹ ത്തെ നായാട്ടിനു പോകുന്ന രാജാക്കൻമാർക്കും രാജഭടൻമാർ ക്കും എല്ലാം വല്ലാത്ത പേടിയായിരുന്നു. പിംഗളൻ എന്ന സിം ഹത്തിന്റെ സ്ഥിരം വിനോദം വലിയ ആനകളുടെ മസ്തകം അ ടിച്ചു തകർക്കുക എന്നതായിരുന്നു. കയ്യൂക്കുള്ളവനെ ആരാണ് ഭയക്കാതിരിക്കുക?. പിംഗളൻ എന്ന സിംഹം അങ്ങനെ എല്ലാ

റ്റിനേയും പേടിപ്പിച്ചു വിറപ്പിച്ച് നടക്കവേയാണ് ഒരിക്കൽ പുഴ ക്കരയിൽ വെള്ളം കുടിച്ചു കൊണ്ടിരിക്കവേ സഞ്ജീവകന്റെ ഇടിവെട്ടുന്നതുപോലെയുള്ള മുക്രയിടൽ കേട്ടത്. ആ ശബ്ദം പിംഗളനേയും വല്ലാതെ ഞെട്ടിച്ചു. ആ സിംഹം രണ്ടടി മുന്നോ ട്ടും പിന്നോട്ടും വെച്ച് നാലുപാടും ഭയത്തോടെ നോക്കിനിന്നു. ആ സമയത്ത് സിംഹത്തിന്റെ മന്ത്രിയായിരുന്ന കുറുക്കന്റെ ര ണ്ടുമക്കൾ നദിക്കരയിലെത്തി. മൃഗരാജാവിന്റെ ഭയം നിറഞ്ഞ മുഖം കണ്ട് കരകടൻ, ദമനകൻ എന്നീ പേരുകളുള്ള ആ കുറു ക്കൻമാർ അന്യോന്യം നോക്കി. അവർ ഇതുവരെ മൃഗരാജാവി നെ ഇത്തരമൊരവസ്ഥയിൽ കണ്ടിരുന്നതേയില്ല. മൃഗരാജാവി നെ എന്തോ ഭയപ്പെടുത്തുന്നുണ്ട് എന്ന് ദമനകൻ കരടകനോട് പറഞ്ഞു. അനാവശ്യകാര്യങ്ങളിൽ തലയിട്ട്നമുക്ക് അപകടം ക്ഷണിച്ചു വരുത്തേണ്ട. പിംഗളന്റെ കാര്യത്തിൽ ഇടപെടേണ്ട കാര്യമേയില്ല എന്ന് കരകടൻ തന്റെ അഭിപ്രായം വ്യക്തമാക്കി. തുടർന്ന് കരകടൻ ദമനകനോട് വേണ്ടാത്ത കാര്യത്തിൽ ഇട പെട്ട് ചത്തുപോവേണ്ടി വന്ന ഒരു കുരങ്ങന്റെ കഥ ഇങ്ങനെ വിവരിച്ചു കൊടുത്തു.

കുറേ കുരങ്ങൻമാർ കൂട്ടം ചേർന്ന് പുതുക്കി പണിതു കൊണ്ടിരിക്കുന്ന ഒരമ്പലത്തിലെത്തി. അമ്പലത്തിന്റെ വീഴാറാ യ മേൽപ്പുര നന്നാക്കാൻ പുതിയ മരത്തടികൾകൊണ്ട് വന്ന് ആശാരിമാർ ഈർന്ന് മുറിക്കുന്നുണ്ടായിരുന്നു. മരം കൊണ്ടു ള്ള ആപ്പുകൾവെച്ച് ആശാരിമാർ വലിയ തടി കുറെ ഈർന്ന് മുറിക്കും. പിന്നെ ആപ്പുകൾ മാറ്റിവെച്ച് ഈർച്ചയാരംഭിക്കും. ഉ ച്ചയ്ക്ക് പണിനിർത്തി ആശാരിമാർ ഭക്ഷണം കഴിക്കാൻ പോയ സമയം നോക്കി ഒരു കുരങ്ങൻ മരത്തടിയിൽ ഇരുന്ന് മുറുക്കി വെച്ചിരുന്ന ആപ്പ് ഇളക്കിയെടുക്കാൻ തുടങ്ങി. എല്ലാ ശക്തി യും ഉപയോഗിച്ച് ആപ്പ് വലിച്ചെടുത്തതും ആ വിടവിൽ കുര ങ്ങന്റെ ജനനേന്ദ്രിയം കുടുങ്ങി അത് ചത്തുപോയി. അതുകൊ ണ്ട് പിംഗളന്റെ പേടിയെന്താണെന്ന് തലപുകഞ്ഞിരിക്കാതെ ന മുക്ക് പോയി രുചിയേറിയ ഭക്ഷണം കഴിക്കാം എന്ന് കരകടൻ

പറഞ്ഞു. ഇതിനോട് യോജിക്കാതെ ദമനകൻ തുറന്നു പറഞ്ഞു. എപ്പോഴും ഭക്ഷണം, ഭക്ഷണം എന്നുമാത്രം ചിന്തിച്ച് ജീവിക്കു ന്നതിൽ ഒരർഥവുമില്ല. മൃഗരാജാവിന്റെ മന്ത്രിപുത്രൻമാരായി നടക്കുന്ന നമുക്കു മാന്യത വേണം. അല്പം സാഹസവും പൗ രുഷവും വകതിരിവും ആണ് ജീവിതത്തിൽ വേണ്ടത്. നമ്മുടെ പിംഗള രാജാവ് ഏറെ പരാക്രമിയാണ്, ബുദ്ധിയുള്ളവനാണ് അദ്ദേഹമിപ്പോൾ ദു:ഖിതനാണ്. ആ ദു:ഖം എന്തു കൊണ്ട് എ ന്നറിയാൻ നമുക്ക് ഉത്തരവാദിത്തമുണ്ട്.

കരകടന് ഈ അഭിപ്രായത്തെ തള്ളാൻ കഴിഞ്ഞില്ല. എ ന്നാൽ കാര്യം നേടാൻ തക്ക അവസരം നോക്കണം, അവിവേ കം പ്രവർത്തിച്ച് സ്വയം ആപത്തിൽ ചാടരുത് എന്നെല്ലാം കര കടൻ ദമനകനെ ഉപദേശിച്ച് അനുഗ്രഹവും നൽകി മൃഗരാജാ വിന്റെ അടുത്തേക്ക് പറഞ്ഞയച്ചു.

ദമനകൻ പതുക്കെ സിംഹത്തിന്റെ മുമ്പിലെത്തി തൊ ഴുതുനിന്നു. സിംഹം വളരെ സ്നേഹത്തോടെയാണ് ദമനക നെ സ്വാഗതം ചെയ്തത്. നിന്നെയും നിന്റെ ജ്യേഷ്ഠൻ കരകട നേയും കുറെ ദിവസങ്ങളായി കാണാനേ ഇല്ലല്ലോ എന്ന് പിംഗ ളൻ പറഞ്ഞപ്പോൾ ദമനകൻ വളരെ താഴ്മയോടു കൂടി പറ ഞ്ഞു– മഹാരാജാവേ, ഞങ്ങൾ ഒന്നിനും കൊള്ളാത്ത സാധാര ണ മൃഗങ്ങൾ. കൊമ്പനാനയുടെ മസ്തകം അടിച്ചു തകർത്ത് ഇരതേടുന്ന അങ്ങയുടെ മുമ്പിൽ ഞങ്ങളൊക്കെ വെറും പുൽ ക്കൊടികൾ. എന്നാൽ പുൽക്കൊടികൾക്കും അവരുടേതായ സ വിശേഷതകൾ ഉണ്ടല്ലോ. അങ്ങയെ ഇടയ്ക്കെങ്കിലും വന്നു കാ ണാതിരിക്കാൻ ഞങ്ങൾക്കെങ്ങിനെ കഴിയും?.

ദമനകന്റെ വാക്കുകൾ പിംഗളന് സന്തോഷം പകർന്നു. ആ മുഖം കണ്ടപ്പോൾ ദമനകൻ പുഴക്കരയിൽ അങ്ങ് വല്ലാതെ ദുഃഖിതനായി നിന്ന കാഴ്ച ഏറെ വേദനിപ്പിച്ചുവെന്നും എന്താ ണ് ദു:ഖകാരണമെന്ന് അറിഞ്ഞാൽ നന്നായിരുന്നുവെന്നും വി നയത്തോടെ പറഞ്ഞു.

ഇത്തരമൊരു ചോദ്യം പിംഗളൻ പ്രതീക്ഷിക്കാത്തതാ

യിരുന്നു. തന്റെ ഭയം പുറത്തുപറയാൻ മൃഗരാജാവിന് നന്നേ മടിയുമുണ്ടായിരുന്നു. എന്നാലും മറ്റാരുമില്ല എന്ന് ഉറപ്പു വരു ത്തിക്കൊണ്ട് സിംഹം ദമനകനോട് തന്റെ ദുഃഖകാരണം ഇപ്ര കാരം വിശദമാക്കി.

പുഴക്കരയിൽ ഞാൻ വെള്ളം കുടിച്ചുകൊണ്ടിരിക്കു മ്പോൾ പെട്ടെന്നൊരു ഇടിമുഴക്കം പോലുള്ള ശബ്ദം കേട്ടു. അല്പം കഴിഞ്ഞ് അതു വീണ്ടും കേൾക്കാനിടയായപ്പോൾ ഏ തോ വലിയൊരു മൃഗം നമ്മുടെ കാട്ടിൽ ഉണ്ട് എന്ന് എനിക്ക് ബോദ്ധ്യമായി. അവൻ സാധാരണക്കാരനല്ല. ആ ശബ്ദം എ ന്നെത്തന്നെ കിടുകിടാ വിറപ്പിക്കുന്നു. അവന്റെ ശക്തി ആ ശ ബ്ദത്തിൽ നിന്ന് മനസ്സിലാക്കാം. മൃഗരാജാവായി ഈ കാട്ടിൽ വാഴാൻ തന്നെ എനിക്ക് പേടിയാവുന്നു. അഹങ്കാരിയായ ഒരു പടുകൂറ്റൻ മൃഗം കരയിലുണ്ടാകുമ്പോൾ ധൈര്യത്തോടെ എ ങ്ങിനെ കഴിയും?. മറ്റേതെങ്കിലും കാട്ടിൽപ്പോയിക്കൂടിയാലോ എന്നുവരെ ഞാൻ ചിന്തിക്കുകയാണ്.സിംഹത്തിന്റെ ഈ വാ ക്കുകൾ കേട്ട ദമനകൻ ധൈര്യത്തോടെ പറഞ്ഞു. ഏതോ ഒരു ജന്തുവിന്റെ ശബ്ദം കേട്ട് മൃഗരാജാവായ അങ്ങ് ഒരിക്കലും ഭയ ക്കരുത്. പരാക്രമിയും ബുദ്ധിമാനുമാണ് അങ്ങ്. ഒരിക്കലും ഭയ ത്തിന് അടിമപ്പെടരുതേ. പണ്ട് ഒരു കുറുക്കൻ ചെണ്ട കണ്ട് തീ റ്റക്കുള്ള ഏതോ ജന്തുവാണെന്ന് മോഹിച്ചതുപോലെയാണ് അ ങ്ങയുടെ അവസ്ഥ. വിശന്നു വലഞ്ഞു നടന്ന കുറുക്കൻ യുദ്ധം അവസാനിച്ച് ധാരാളം ഭടൻമാരും കുതിരകളും മറ്റും ചത്തുകി ടക്കുന്ന ഭൂമിയിലെത്തി. അവിടെയൊരിടത്ത് വലിയൊരു വീ ക്കൻ ചെണ്ടയുമുണ്ടായിരുന്നു. കാറ്റിലാടുന്ന ചെറിയകമ്പുകൾ ചെണ്ടയിൽ മുട്ടുമ്പോൾ ഉയരുന്ന വലിയ ശബ്ദം കേട്ട് കുറു ക്കൻ കരുതി പുതിയൊരു വലിയ ജന്തുവാണെന്ന്. ഇത്രയും വ ലിയൊരു ജന്തുവിനെ കണ്ടപ്പോൾ കുറുക്കന് വല്ലാത്ത പേടി യും തോന്നി. വരുന്നതുവരട്ടെ എന്ന് ധൈര്യത്തോടെ ധാരാളം ചോരയും മാംസവും നിറഞ്ഞതെന്നു തോന്നിയ ആ ജന്തുവി ന്റെ അടുത്തേക്ക് പോയ കുറുക്കൻ പതുക്കെ അതിന്റെ തോൽ

കടിച്ച് ഒരു ദ്വാരമുണ്ടാക്കി. ആ ദ്വാരത്തിലൂടെ അകത്തേക്കിറ
ങ്ങിയപ്പോൾ പൊള്ളയായ ഉൾഭാഗം കണ്ട് കുറുക്കനാകെ തനി
ക്കുപറ്റിയ അമളിയിൽ നാണിച്ചുപോയി. ശബ്ദം കേട്ട് മൃഗരാ
ജാവിനും ഇതുപോലെ അമളി പറ്റരുതെന്നുമാത്രമേ എനിക്ക്
പറയാനുള്ളൂ.

ദമനകൻ ഇത്രയും പറഞ്ഞ് നിർത്തിയതും സഞ്ജീവ
കന്റെ മുക്രയിടൽ വീണ്ടും ഉയർന്നു കേട്ടു. ഉടൻ തന്നെ ദമന
കൻ മൃഗരാജാവിനോടു പറഞ്ഞു-തിരുമേനി, ഞാൻ ആ ശബ്
ദം കേട്ട ദിക്കിലേക്ക് പോയി ആ ജന്തു ഏതാണ് എത്ര കരുത്ത
നാണ് എന്നെല്ലാം മനസ്സിലാക്കി വരാം. സിംഹത്തിന്റെ മൗനാ
നുവാദത്തോടെ കാട്ടിലേക്ക് കയറിപ്പോയ ദമനകൻ വലിയൊ
രു കാളയെക്കണ്ട് പതുക്കെ അവന്റെ അടുത്തെത്തി. മുമ്പിൽ
ഭവ്യതയോടെ നിന്ന് ദമനകൻ ആ കാളയുടെ വിവരങ്ങൾ മന
സ്സിലാക്കി. വർധമാനകനെന്ന കച്ചവടക്കാരന്റെ കാളയാണെന്നും
അദ്ദേഹവും ഭടൻമാരും കാട്ടിൽ ഉപേക്ഷിച്ചുപോയപ്പോൾ അ
സുഖം മാറി സുഖമായി ഈ കാട്ടിൽ കഴിയുകയാണെന്നും
കാള തന്റെ കഥ ചുരുക്കിപ്പറഞ്ഞു.

ഇതുകേട്ട ദമനകൻ പറഞ്ഞു- സഞ്ജീവകാ,അങ്ങയു
ടെ ചങ്ങാതിയായി എന്നെ കരുതണം. ഈ കാട്ടിലെ രാജാവാ
യ പിംഗളൻ എന്ന സിംഹത്തിന് അങ്ങയെ ഒന്നു കാണാൻ ആ
ഗ്രഹമുണ്ട്. എന്നോട് അങ്ങയെ കൂട്ടിക്കൊണ്ടുവരാൻ പറഞ്ഞി
രിക്കുകയാണ് മൃഗരാജാവ് . ദയവായി എന്റെ കൂടെ വന്നാലും.

സഞ്ജീവകന് സിംഹം എന്ന് കേട്ടപ്പോൾ തന്നെ വല്ലാ
തെ പേടിയായി. എന്നെ കടിച്ചു കീറിക്കൊല്ലുന്ന സിംഹത്തി
ന്റെ അടുത്തേക്ക് ഞാനില്ല എന്ന് ആ കാള പറഞ്ഞപ്പോൾ ദമന
കൻ ഇങ്ങനെ വാക്കുകൊടുത്തു.- ഞങ്ങളുടെ മൃഗരാജാവ് എ
ത്രയോ നല്ലവനും വിശ്വസിക്കുന്നവരെ ചതിക്കാത്തവനുമാണ്.
അങ്ങയുടെ ജീവൻ തികച്ചും സുരക്ഷിതമായിരിക്കും.

ദമനകൻ ഓടിച്ചെന്ന് പിംഗളനോട് സഞ്ജീവകന്റെ കാ
ര്യങ്ങൾ പറഞ്ഞു. ദമനകന്റെ ചങ്ങാതിയായ സഞ്ജീവകന് ഒ

രു പോറൽ പോലും ഏൽപ്പിക്കുകയില്ല എന്ന് പിംഗളൻ പറ
ഞ്ഞു. എത്രയും പെട്ടെന്ന് ആ കാളയേയും കൂട്ടിവരാൻ സിം
ഹം ദമനകനോട് ആവശ്യപ്പെട്ടു.

സഞ്ജീവകന്റെ അടുത്തെത്തി സിംഹത്തിന്റെ ഉറപ്പ് അ
റിയിച്ച് ദമനകൻ ആ കൂറ്റൻ കാളയോടൊപ്പം പിംഗളന്റെ അടു
ത്തെത്തി. അവർ തമ്മിൽ പെട്ടെന്ന് അടുത്തു. സഞ്ജീവകനും
പിംഗളനും ഉറ്റ സുഹൃത്തുക്കളായി. തിന്നും കുടിച്ചും തമാശ
കൾ പറഞ്ഞും സഞ്ജീവകനും പിംഗളനും സന്തോഷത്തോ
ടെ ആ കാട്ടിൽ ജീവിച്ചു.